ஒரே ஒரு துரோகம்

கிழக்கு பதிப்பக வெளியீடுகளாக சுஜாதாவின் புத்தகங்கள்

மீண்டும் ஜீனோ
நிறமற்ற வானவில்
நில்லுங்கள் ராஜாவே
தீண்டும் இன்பம்
ஆஸ்டின் இல்லம்
அனிதாவின் காதல்கள்
நைலான் கயிறு
24 ரூபாய் தீவு
அனிதா இளம் மனைவி
கொலை அரங்கம்
கமிஷனருக்கு கடிதம்
அப்ஸரா
பாரதி இருந்த வீடு
மெரீனா
ஆர்யபட்டா
என் இனிய இயந்திரா
காயத்ரி
ப்ரியா
தங்க முடிச்சு
எதையும் ஒருமுறை
ஊஞ்சல்
ஓரிரவில் ஒரு ரயிலில்
மீண்டும் ஒரு குற்றம்
விக்ரம்
நில், கவனி, தாக்கு!
வாய்மையே சில சமயம் வெல்லும்
ஆ..!
வசந்த காலக் குற்றங்கள்
சிவந்த கைகள்
ஒரே ஒரு துரோகம்
இன்னும் ஒரு பெண்
6961
ஜோதி
மாயா
ரோஜா
ஓடாதே
மேற்கே ஒரு குற்றம்
விபரீதக் கோட்பாடு
ஐந்தாவது அத்தியாயம்
மலை மாளிகை
விடிவதற்குள் வா
மூன்று நாள் சொர்க்கம்
பத்து செகண்ட் முத்தம்
கம்ப்யூட்டர் கிராமம்
இளமையில் கொல்
மேகத்தை துரத்தியவன்
ஒரு நடுப்பகல் மரணம்
நகரம்
இதன் பெயரும் கொலை
மண்மகன்
தப்பித்தால் தப்பில்லை
விழுந்த நட்சத்திரம்
முதல் நாடகம்
ஆட்டக்காரன்
ஜன்னல் மலர்
என்றாவது ஒரு நாள்
வைரங்கள்
மேலும் ஒரு குற்றம்
சொர்க்கத் தீவு
கனவுத் தொழிற்சாலை
ஆயிரத்தில் இருவர்
பதினாலு நாட்கள்
உள்ளம் துறந்தவன்
பிரிவோம் சந்திப்போம்
கரையெல்லாம் செண்பகப்பூ
இரண்டாவது காதல் கதை
நிர்வாண நகரம்
குருபிரசாதின் கடைசி தினம்
இருள் வரும் நேரம்
திசை கண்டேன் வான் கண்டேன்
ஆழ்வார்கள் - ஓர் எளிய அறிமுகம்
தேடாதே
விருப்பமில்லாத் திருப்பங்கள்
விரும்பிச் சொன்ன பொய்கள்
கை
ஆதலினால் காதல் செய்வீர்
நூற்றாண்டின் இறுதியில் சில சிந்தனைகள்
அப்பா, அன்புள்ள அப்பா
மிஸ். தமிழ்த்தாயே, நமஸ்காரம்!
சிறு சிறுகதைகள்
வாரம் ஒரு பாசுரம்
வானத்தில் ஒரு மௌனத்தாரகை
கடவுள் வந்திருந்தார்
அனுமதி
ஓலைப் பட்டாசு
சேகர், சிங்கமய்யங்கார் பேரன்
கம்ப்யூட்டரே ஒரு கதை சொல்லு
டாக்டர் நரேந்திரனின் வினோத வழக்கு
நிஜத்தைத் தேடி
பாதி ராஜ்யம்
சில வித்தியாசங்கள்

ஒரே ஒரு துரோகம்

சுஜாதா

கிழக்கு

ஒரே ஒரு துரோகம்
Ore Oru Throgam
by Sujatha
Sujatha Rangarajan ©

Kizhakku First Edition: May 2010
200 Pages
Printed in India.

ISBN 978-81-8493-452-6
Kizhakku - 491

Kizhakku Pathippagam
177/103, First Floor,
Ambal's Building, Lloyds Road
Royapettah, Chennai 600 014.
Ph: +91-44-4200-9603

Email : support@nhm.in
Website : www.nhm.in

Cover Image : Shutterstock ©

Backcover Image : Srihari

Kizhakku Pathippagam is an imprint of New Horizon Media Private Limited

This book is sold subject to the condition that it shall not, by way of trade or otherwise, be lent, resold, hired out, or otherwise circulated without the publisher's prior written consent in any form of binding or cover other than that in which it is published and without a similar condition including this the rights under copyright reserved above, no part of this publication may be reproduced, stored in or introduced into a retrieval system, or transmitted in any form or by any means (electronic, mechanical, photocopying, recording or otherwise), without the prior written permission of both the copyright owner and the above-mentioned publisher of this book.

“ஒரே ஒரு புத்திமதி. பொய் சொல்லாதீங்க. பொய் சொல்றதில நான் ரொம்பத் தேர்ந்தவன்கிற தகுதியில இதை உங்களுக்குச் சொல்றேன். என் வாழ்க்கையைப் பாருங்க. சின்ன வயசில இருந்தே பொய் சொல்ல ஆரம்பிச்சு, மேல மேல அது வளர்ந்துக்கிட்டே போயி, இப்ப பொய் இல்லைன்னா போஜனம் இல்லைங்கிற அளவுக்கு முற்றிப் போயி, மூச்சில்கூடப் பொய் கலந்து போச்சு.”

முன்னுரை

ஒரே ஒரு துரோகம் 'சாவி' பத்திரிகையில் தொடர்கதையாக 1983-ல் வந்தது. கிட்டத்தட்ட 25 ஆண்டுகளுக்குப் பின்னும் இந்தப் புதிய பதிப்பு வெளியாவது என் எழுத்துக்கு இன்னும் வயசாகவில்லை, புதிய வாசகர்கள் தொடர்ந்து ஆதரவு தருகிறார்கள் என்பதைத் தெரிவிக்கிறது. இந்தக் கதையை ஒரு வாசகனின் நிலையிலிருந்து புதிதாகப் படிக்கும்போது சம்பத் மாதிரியான pathological liar பிரகிருதிகளை நம் சமூகம் ராஜியைப் போல் தண்டனை தராமல், போற்றிப் பாதுகாக்க, அவர்கள் சிறையில் அடைத்த மறுவாரமே பெயிலில் டிவி கேமராக்கள் தொடர சிரித்துக்கொண்டே வெளிவருகிறார்கள். அவர்கள் தொடர்கதை எழுதுகிறார்கள். சட்டம் அவர்களுக்கு மன்னிப்பு தராவிட்டாலும் தாமதம் தருகிறது. நாளடைவில் அவர்கள் குற்றங்களை மறந்துபோகிறோம். மீண்டும் வேறு பெயர்களில் வேறு பொய்கள் சொல்லி சுகமாக வாழ்கிறார்கள். இவ்வாறு நீதிமன்றங்கள் தரும் நிழலில் பதுங்குபவர்களை தண்டிக்க இன்று ராஜியின் முறையுடன் 'என்கவுண்டர்' என்ற மற்றொரு புதிய முறையும் தோன்றி யுள்ளது வருத்தத்துக்குரியதே. சமூகம் தன்னைப் புதுப்பித்துக்கொள்ள வேறு மார்க்கங்கள் இன்றைய தினங்களில் இல்லை.

மார்ச் 2005   சுஜாதா
                                            சென்னை

1
ராஜி

'பர்ஜஸ் மற்றும் லாக் அவர்கள் புத்தகத்தில் சொல்லியிருக்கும் இந்த வரையறைதான் குடும்பம் என்பதற்குக் கொஞ்சம் பொருந்தி வருகிறது. சமூகவியல் அறிஞர்கள் கருத்து வேறு பாடில்லாமல், குடும்பம் என்பதை ஒரு ஆதார விஷயமாக ஒப்புக்கொண்டாலும், குடும்பம் என்பது என்ன என்பதை சரியாகச் சொல்வதில்லை. இந்த விதத்தில் கிங்ஸ்லி டேவிஸின் கூற்று சற்று குறைபட்டது என்றே சொல்ல வேண்டும்...'

நிச்சயம் நீங்கள் இதைப் படிப்பதற்குள் ஒரு கொட்டாவி விட்டிருப்பீர்கள். இதோ என் வகுப்பு முன் சீட் மாணவிபோல. அதுவும் மதிய உணவு நேரத்துக்குப் பதினைந்து நிமிடம் இருக்கும்போது கிங்ஸ்லி டேவிஸின் குடும்பத் தைப் பற்றி பேசினால் கொட்டாவி விட்டம் வரை விரிவதில் ஆச்சரியம் இல்லைதான்.

என் எதிரே அந்த மாணவக் குடும்பத்தைப் பார்க் கிறேன். 'இவர்களில் எத்தனை பேர் சோஷியா லஜியை இஷ்டப்பட்டுத் தேர்ந்தெடுக்கிறார்கள்? இவர்கள் எல்லோரும் சமூகவியல் படித்துவிட்டு

என்ன சாதிக்கப்போகிறார்கள்? பெரட்டோ, காம்டே, மார்க்ஸ், ஸ்பென்சர் என்று வருஷா வருஷம் காலி முகங்களுக்குச் சொல்லிக்கொடுத்து நான் என்ன சாதிக்கிறேன்?' என்றெல்லாம் அந்தப் பசி வேளையில் நினைத்துப்பார்த்து ஒருவித விரக்தியில், 'அடுத்த கிளாஸில் தொடர்கிறேன்' என்று சொல்லிவிட்டு, திடீர் என்று கிடைத்த விடுதலைக்கான சந்தோஷத்தை அவர்கள் முகத்தில் பார்க்க விருப்பமில்லாமல் உடனே புறப்பட்டு ஸ்டாஃப் ரூம் வந்துவிட்டேன்.

'என்ன ராஜேஸ்வரி, சீக்கிரம் வந்துட்டீங்க?'

'பசி' என்றேன். ஸிங்குக்குப் போய் கையிலிருந்த சாக்பீஸ் சுவடுகளைக் கழுவிக்கொண்டு, முகத்தை ஒரு முறை சுவாரசியமின்றிக் கண்ணாடியில் பார்த்துக் கொண்டு - இருபத்தேழு வயசு - மேசை மேல் எனக்கு வைத்திருந்த குறிப்பைப் பார்த்தேன்.

> 'சம்பத் என்கிறவர் பெங்களூரிலிருந்து போன் பண்ணியிருந்தார். அரைமணியில் மறுபடி கூப்பிடுவதாகச் சொல்லியிருக்கிறார்'

என்று சாரதாதான் எழுதியிருந்தாள்.

'சாரதா எங்கே?'

'பிரின்ஸ்பாலைப் பார்க்கப் போயிருக்காங்க.'

'சம்பத்தா, யாரது? எனக்கு எந்த சம்பத்தையும் தெரியாதே!' 'சம்பத், சம்பத்' என்று என் ஞாபகத்தில் எங்கேயாவது ஒரு ஓரத்தில் சம்பத் இருக்கிறதா என்று தேடிப் பார்த்தேன். இல்லை.

'இந்தச் சீட்டு எனக்குத்தானே?' என்றேன்.

'ஆமா, சாரதாதான் ரிசீவ் பண்ணாங்க. அந்தாளு இரண்டு முறை போன் பண்ணிட்டாரு. அது யாரு?

'தெரியாது?'

'அப்படியா! என்றார் ராஜாமணி. 'அப்படியா'வில் ஒருவித சந்தேகம் இருந்ததைக் கவனிக்க முடிந்தது. எனக்கு போன் வருவதாவது! அதுவும் பெங்களூரிலிருந்து! அதுவும் முன்பின் தெரியாதவரிடமிருந்து! அந்த மந்தமான மத்தியான வேளை எனக்கு திடீர் என்று பளிச்சென்று ஆகிவிட்டது.

ஸ்டாஃப் ரூமின் மேற்குக் கோடியில் இருந்த டெலிபோனையே பார்த்துக்கொண்டிருந்தேன். 'சம்பத் சம்பத்' என்று பல் சக்கரங்கள் உள்ளுக்குள் உருளும் சத்தம் கேட்டது. ராஜேஸ்வரியின் இன்றைய ஒரு புத்துயிர். ராஜேஸ்வரி! டாக்டர் ராஜேஸ்வரி! சமூகவியல் ஆராய்ச்சிக்காக, அதன் கல்விக்காகத் தன் வாழ்வையே அர்ப்பணித்துக்கொண்ட... நான்சென்ஸ், யார் இந்த சம்பத்? எல்லோரும் சாப்பிடப் போய்விட, அந்த மர்ம சம்பத் மணியடிப்பான் என்று நானும் டெலிபோனும் காத்துக்கொண்டிருந்தோம். என் டிபன் பாக்ஸ் காத்திருந்தது.

அட்டெண்டர், 'என்னம்மா இன்னும் சாப்பிடப் போகவில்லையா?' என்று பரிவுடன் விசாரித்தான். அவனுக்கு சாப்பிடப் போகவேண்டும்.

'இல்லப்பா, நான் பூட்டி சாவி மாட்டிர்றேன். நீ போய்க்க' என்றேன்.

டெலிபோன் கொஞ்ச நேரம் கழித்து ஒலித்தது.

'டாக்டர் ராஜேஸ்வரி, கால் ஃப்ரம் பெங்களூர்...'

'ஹலோ' என்றேன் படபடப்புடன். எஸ்.டி.டி. உபாதையால் கிணற்றிலிருந்து பேசியது. 'ஹலோ, ராஜேஸ்வரிதானே பேசறது?'

'ஆமாம்.'

'நான்தான் சம்பத் பேசறேன்.'

'யாரு சம்பத்?'

'லெட்டர் கிடைக்கலை? உங்க அப்பாவுக்கு எழுதியிருந்தேன்.'

'என்ன லெட்டர்?'

'லெட்டர் கிடைக்கலையா?'

'மன்னிச்சுக்கணும். நீங்க யாருன்னு தெரியாது. எதுக்கு போன் பண்றீங்கன்னும் தெரியாது.'

திடீர் என்று போனுக்கு உயிர் வந்து மறுமுனைக் குரல் தெளிவாகக் கேட்டது.

‘ஸாரி, உங்கப்பாதான் எங்கப்பாவுக்குக் கடிதம் எழுதியிருந்தார். அதுக்கு பதில்கூடக் போட்டிருந்தார்.’

‘எங்கப்பாவா? எதைப்பத்தி?’

‘அலையன்ஸ் விஷயமா.’

‘அலையன்ஸா?’ எனக்குப் புரிந்துபோய்விட்டது. என் கல்யாண விஷயமாக!

‘என் பேர் சம்பத். ஒரு பிரைவேட் கம்பெனியில கன்ஸல்டன்ஸி பண்ணிகிட்டு இருக்கேன். எனக்குத்தான் கேட்டு... ஸாரி உங்க ளுக்கு பேக்ரவுண்ட் தெரியலைன்னு தெரியுது. கொஞ்சம் தர்ம சங்கடமா இருந்ததுன்னா போனை வெச்சுர்றேன்.’

‘இல்லை. சொல்லுங்க, என்ன விஷயம்?’

‘ஒண்ணுமில்லை. நான் சொந்த வேலை விஷயமா, ஆபீஸ் விஷயமா மைசூர் வர்றேன். இன்னிக்கு சாயங்காலம் நீங்க ஃப்ரீயா இருந்தா உங்களை வந்து, உங்களுக்கு ஆட்சேபம் இல்லைன்னா உங்க வீட்டுக்கு உங்களை, ஐ மீன் உங்க வீட்டுக்கு வரலாமான்னு கேட்கலாம்னு...’

என்னைப் பெண் பார்க்க வருகிறார் சம்பத்! புது மணப்பெண் போல நாணம் அவர் குரலில்!

‘ஓ, அப்படியா விஷயம்!’

‘உங்களுக்கு இதில ஏதும் டிரபிள் இருந்தா வேண்டாம்.’

‘எதுக்கு சுத்தி வளைக்கிறீங்க மிஸ்டர் சம்பத்? நீங்க என்னைப் பெண் பார்க்க வரலாமான்னு கேக்கறிங்க. அவ்வளவுதானே?’

‘ஆம். ஆபீஸ் விஷயமா வர்றேன். உங்களுக்கு அப்ஜெக்ஷன் இல்லைன்னா...’

‘தாராளமா வாங்க... எதுக்கு அப்ஜெக்ஷன்? சாயங்காலம் நாலரைக்கு அப்புறம் வாங்க. காலேஜ் விட்டு வீட்டுக்குப் போற துக்கு நாலரை ஆயிடும். அட்ரஸ் தெரியுமா? நோட் பண்ணிக் குங்க.’

‘நீங்க மானஸ கங்கோத்ரியில வேலை பண்றதா எழுதியிருந்தார். அதான் ரிங் பண்ணிப் பார்த்தேன். தப்பா நினைச்சுக்காதீங்க.’

'சேச்சே! இதில தப்பா நினைச்சுக்க என்னங்க இருக்குது? வாங்க சாயங்காலம். எங்கப்பாவைச் சந்திச்சுப் பேசுங்க, என்னையும் சந்திக்கலாம்.'

'ரொம்ப தாங்ஸ், வெச்சுரவா?'

'வெச்சுருங்க.'

வைத்ததும் எனக்கு அப்பாவின்மேல் அளவு கடந்த கோபம் வந்தது. என்னைக் கேட்காமல் ஏன் இந்த விஷமம்? யாரோ ஒரு சம்பத்துக்கு அல்லது சம்பத்தின் அப்பாவுக்கு எழுதி என்னைக் கல்யாணம் கட்டிக் கொடுத்துவிட வேண்டும் என்று என்ன வைராக்கியம் இது? எத்தனை முறை அவருக்கு நான் சொல்லி யாகிவிட்டது, எனக்கு எந்த சம்பத்தும் வேண்டாம் என்று?

கல்யாணம் என்பதை நான் புத்தகக் குறிப்பாகப் பார்க்கிறவள். இரக்கமில்லாமல் பார்க்கிறவள். திருமணம் என்பது ஆண்களுக்கும் பெண்களுக்கும் சமூகம் அனுமதித்த, கொஞ்ச நாள் நீடிக்கும் என்று எதிர்பார்க்கப்படும் உடல் உறவு! இப்படிச் சொன்னால்தான் நான் பார்த்த அத்தனை திருமணங்களையும் வரையறைப்படுத்த முடியும். எனக்கு என்று திருமணமா? அந்த நினைப்பே அபத்தமாகத்தான் இருந்தது.

எப்போதோ ஆசைப்பட்டிருக்கலாம். அப்போது அந்த ஆசைகளை எல்லால் மனசில் ரத்து செய்துவிட்டு எம்.ஏ. படித்தேன். ஐ.ஏ.எஸ். எழுதிப் பார்த்தேன். டாக்டரேட்டில் சேர்ந்துகொண்டேன். 'தென் பழங்குடி மக்கள் திருமணப் பழக்கங்கள்' - ஆயிரக் கணக்கில் திருமணங்களை அலசினேன். என் திருமணத்தை ஒத்திப் போட்டுக்கொண்டே போய் இப்போது காலம் கடந்து, அவசியமும் அர்த்தமும் பழசாகிப் போய்...

கல்யாணம் என்றால் எனக்கு வெறுப்பு என்றோ, காதல் செய்து அதில் நான் தோல்வியுற்றேன் என்றோ சம்பிரதாயமான காரணங்கள் ஏதும் இல்லை. எளிதாகச் சொல்லப் போனால் கல்யாணத்துக்கு எனக்கு நேரமில்லாமல் போய்விட்டது. அவ்வப்போது அப்பா செய்தது பாதி முயற்சிகள்தாம். இப்போது ப்ரொபஸர் பட்டம் வந்து அதனால் ஒரு அந்தஸ்து ஏற்பட்டு, அனாவசியமாக முகத்தில் ஒரு முதிர்ச்சி வந்து, சோடா பாட்டில் கண்ணாடி வந்து, ஏதோ ஒரு சூட்சமக் கை என் பெயரைத் திருமணப் பட்டியலிலிருந்து அடித்துவிட்டாற்போல!

அப்பாதான் அவ்வப்போது இந்த பூதத்தை உசுப்பிவிட்டுக் கொண்டிருப்பார். அதில் லேட்டஸ்டுதான் இந்த சம்பத்! வரட்டும். வேடிக்கை பார்க்கலாம். ‘தென்னிந்தியாவில் பெண் பார்க்க வருபவர்களின் ஒட்டுமொத்தமான நடைமுறைகள்’ என்று ஒரு பேப்பர் எழுதி வாசிக்கலாம் என்று உத்தேசம்.

சம்பத்தின் குரலில் ஒருவிதமான குழைவும் கவர்ச்சியும் இருந்ததை இந்த இடத்தில், ‘உண்மைக்குப் பிரயத்தனப்படு பவள்’ என்கிற முறையில், நான் சொல்லித்தான் ஆகவேண்டும். சாயங்காலம் பஸ்ஸுக்காகக் காத்திராமல் ஆட்டோ பிடித்து வீட்டுக்குப் போனேன்.

நீங்கள் மைசூர் பார்த்திருப்பீர்கள். எனக்கு மைசூர் பிடித்துப் போய்விட்டது. அதிகம் நகரமாகாமல் கொஞ்சம் அழகான விஷயங்கள் பத்திரமாகவே இருக்கின்றன. பெங்களூரைவிடக் குளிர் குறைச்சல். மானஸ கங்கோத்ரி பல்கலைக்கழகத்தின் சூழ் நிலை எனக்குப் பிடித்திருந்தது. மைசூர் கொஞ்சம் கொஞ்சமாகக் கொச்சைப் படுத்தப்படுவதையும், எம்.என்.ஸ்ரீனிவாஸ் சொன்ன மாதிரி இதன் புதுப் பணக்காரருக்கு ஒருவிதமான சான்ஸ்க்ரிட்டை சேஷன் வந்து கொண்டிருப்பதையும் பற்றிச் சமயம் வரும்போது சொல்கிறேன். ராஜாவின் அரண்மனையைப் பாழ்பண்ணி நட்சத்திர ஓட்டலாக்கி அமெரிக்க தங்கப்பல்காரர்களுக்கு அடிவருடிக் கொண்டிருப்பதைப் பற்றி எனக்குக் காட்டமான அபிப்பிராயங்கள் உண்டு. அதற்குமுன் என் கல்யாணம் முக்கியம். அதைப் பற்றி, அதுவும் சம்பத்தைப் பற்றி பேசியே ஆகவேண்டும்.

1
சம்பத்

ஒரே ஒரு புத்திமதி. பொய் சொல்லாதீங்க. பொய் சொல்றதில நான் ரொம்பத் தேர்ந்தவன்ங் கிற தகுதியில இதை உங்களுக்குச் சொல்றேன். என்வாழ்க்கையைப் பாருங்க. சின்ன வயசில இருந்தே பொய் சொல்ல ஆரம்பிச்சு, மேல மேல அது வளர்ந்துக்கிட்டே போயி, இப்ப பொய் இல்லைன்னா போஜனம் இல்லைங்கிற அளவுக்கு முற்றிப் போயி, மூச்சில்கூடப் பொய் கலந்து போச்சு.

பொய் சொல்ல சின்ன வயசில இருந்தே ஆரம் பிச்சதால, சரியா முதல் பொய் எப்பன்னு ஞாபகம் இல்லை. அஞ்சாவது படிச்சுக்கிட்டு இருக்கிறப்ப எனக்கு நினைவு தெரிஞ்சு பொய் சொல்ல ஆரம்பிச்சேன்னு நினைக்கிறேன். எப்படின்னா, வீட்டில ஒரு வேலைக்காரக் கிழவி இருந்தா. ஒரு முறை சம்பளப் பணத்தை (மூணு ரூபான்னு ஞாபகம்), அதை என்ன நினைச் சாளோ, என் புஸ்தகத்தில் பத்திரமா சொருகி வெச்சுட்டுப் பின்பக்கம் துணி துவைக்கப் போயிருக்கா. நான் இது தெரியாமப் புஸ்தகத்தை எடுத்துட்டுப் பள்ளிக்கூடம் போயிட்டேன். அங்க போய்ப் பார்த்தாத்தான் புஸ்தகத்தில்

15

ரூபாய் நோட்டு சொருகி வெச்சிருக்கிறது தெரியுது. அப்பவே அது வேலைக்காரி பணம்னு தெரிஞ்சு போச்சு. கொடுத்திருக்கலாம் இல்லையா? இல்லை. ஓசைப்படாம பாக்கெட்ல போட்டுக்கிட்டேன். வீட்டுக்குத் திரும்ப வந்தபோது வேலைக்காரியும் அம்மாவும் அப்பாவும் ஆவலோட காத்திட்டிருக்கா.

'என்னடா சம்பத். உன் பொஸ்தகத்திலே நோட்டு சொருகி வெச்சிருந்தாளாமே! பள்ளிக்கூடம் போற புஸ்தகத்திலே இந்தப் பித்துக்குளி நோட்டு சொருகி வெச்சிருந்தாளாமே! நீ பாட்டுக்கு அது தெரியாம எடுத்துண்டு போயிட்ட. ஸ்கூல்ல போனப்புறம் பார்த்தியா?'

'நோட்டா! என்ன நோட்டு? தெரியவே தெரியாது! நான் பார்க்கலையே!'

'புஸ்தகத்திலே சொருகியிருக்கலை?'

'சேச்சே.'

'அய்யோ என் விதிம்மா! இந்தப் புள்ளை கைல வெச்சிகிட்டு போயிருக்கறப்ப எங்கனாச்சியும் உளுந்திருக்கும்மா. என் வேளை அப்படி!'

'அப்படித்தான் இருக்கும். நான் பார்க்கவே இல்லை! பார்த்தா அதைக் கொடுத்துட்டுப் போறேன். அதுக்கென்ன!'

'ஆமாண்டி, பச்சைப் புள்ளை, பொய் சொல்ல மாட்டான், எங்காத்து சம்பத்து' என்றாள் அம்மா.

வேலைக்காரி ரோடெல்லாம் தேடினாள். அப்புறம் கொஞ்ச நேரம் உட்கார்ந்துண்டு அழுதாள். எனக்குச் சங்கடமா இருந்தது. போனாப் போறாதுன்னு கொடுத்துரலாம்னா கன்னையன்கூடக் கோலியாடி ஒரு ரூபா தோத்துட்டேன். அப்புறம் படம் போட்ட புஸ்தகம் ஒண்ணு வாங்கிட்டேன். மிட்டாய் சாக்லெட் எல்லாம் வாங்கிட்டேன். ஒரு சிகரெட் புடிச்சுப் பார்த்துட்டேன்.

'அரிசி வாங்கணும், மண்ணெண்ணெய் வாங்கணும்'னு அவள் அழுதாள்.

'எங்க சம்பத்து பொய் சொல்ல மாட்டான்!' சம்பத்துன்னு யார் பேர் வெச்சாளோ? எப்பவும் சம்பத்துக்கு சிங்கியடிதான்.

அண்ணா ஒருத்தன் இருந்தான். ஆத்தோட போயிட்டான். அவன் கூடச் சேர்ந்துண்டு ரொம்ப கொட்டம் அடிச்சிருக்கோம். நல்ல வேளை, போயிட்டான். வெங்கடாத்ரின்னு பேரு. ஒரு பொண்ணை விட்டு வெக்கலை. என்னைக் காவல் வெச்சுட்டுத் தோப்புக்குள் போய் கெட்ட காரியங்கள் எல்லாம் பண்ணுவான். காசு வெச்சு பச்சா கோலி ஆடறது அவன்தான் சொல்லிக் கொடுத்தான். அப்புறம் கல்யாணம் கார்த்தின்னு உறவுக்காரப் பெண்ணுங்க யாராவது வீட்டுக்கு வந்துட்டா, சரியா ஒரு மணி நேரத்தில் கணக்குப் பண்ணிடுவான். 'வாடி மாங்கா பறிச்சுத் தரேன், தேங்கா பறிச்சுத் தரேன்'னு தோப்புக்குள்ள அழைச்சுண்டு போயிடுவான்.

நான்தான் காவல் காக்கணும். அப்பல்லாம் வயிற்றுக்குள்ள என்னமோ பண்ணும். அண்ணா வெள்ளத்தில் போயிட்ட சேதி வந்ததும் எனக்கு ஒரு பக்கம் அழுகையும், ஒரு பக்கம் அப்பாடான்னும்கூட இருந்தது. அண்ணாவோட ரோலை எடுத்துக்க அந்த முரட்டுத் தைரியம் எனக்குக் கிடையாது.

ஒரு தடவை அண்ணா மாதிரி ஒரு பொண்ணுகிட்ட ஏதோ கெக்கபிக்கன்னு செய்யப் போயி, அது எட்மாஸ்டர் கிட்ட சொல்லிடுத்து. என்னை ப்ரேயர்ல வெச்சு ஸ்கூல்ல காரணம் சொல்லாம உதைச்சார். அதுக்கப்புறம் என்னுடைய பாவங்கள் ளாம் கொஞ்சம் நளினமானதுன்னு ஆயிட்டேன். கணக்குப் பேப்பர்ல சுழிச்சுட்டேன். எல்லார் கிட்டேயும் தொண்ணூறு வரும், தொண்ணூறு வரும்னு சொல்லிட்டுக் கணக்குல குண்டு. பேப்பரைத் தப்பாத் திருத்திட்டான்னு அடாவடி புடிச்சேன். மெட்ராஸ் போயி பேப்பரை ரிவால்யூ செய்துதான் ஆகணும்னு ஆகாத்தியம் பண்ணினேன். அப்பா நம்பிண்டு மாமா ஆத்துக்கு அனுப்பிச்சார்.

அங்கதான் சுந்தரியைப் பார்த்தேன். அது வேற கதை. அப்புறம் சொல்றேன். பேப்பரையும் பார்க்கலை, ஒண்ணுமில்லை. டெஸ்ட் மாட்ச் பார்த்துட்டுத் திரும்பி வந்துட்டு பேப்பருக்குப் பணம் கட்ட லேட் ஆயிடுத்துன்னு சொல்லிட்டு செப்டம்ப ருக்குப் போறதா சொல்லிட்டேன். செப்டம்பர்ல, நம்ம சீனு இல்லை, அவனுக்கு போர்டில யாரையோ தெரியும்னு பேப்பரை அவுட் பண்ணிட்டான். அதை சௌரிராஜன்கிட்ட சொல்லிப் போடச் சொல்லி நெட்ருப்பண்ணி தொண்ணூத்து மூணு வாங்கினேன். போட்டா... அப்பா இப்பவும், 'சம்பத்தா?

கணக்கில் புலின்னா. அவன் முதல் தடவையே பாஸ் ஆகியிருக்க வேண்டியவன்'னு பெருமைப்பட்டுப்பா.

இந்த டகல்பாஜி காலேஜ்ல செல்லுபடியாகலை. பி.யு. ரொம்பக் கஷ்டாயிடுத்து. பிட்டு வெச்சுண்டு எப்படியோ துடைல ஃபார்முலா எல்லாம் எழுதி வெச்சுண்டு பாஸ் பண்ணினேன்னு வெச்சுக்கங்களேன். பி.காம்ல காலேஜ்லயே மாட்டிக்கிட்டேன். என்னை டிபார் பண்ணிட்டாங்க. அதனாலே கலவரப்படாம, டிபார் பண்ணின விஷயத்தை அப்பா அம்மாகிட்டச் சொல்லாம, பெருகமணியில இருந்து தினம் காலேஜ் போறாப்பல திருச்சிக்குப் போயி அங்க பத்மா கபே, சிங்காரத் தோப்பு, கட்சி ஆபீஸ்னு அங்க இங்க அலைஞ்சு சமாளிச்சுட்டேன். பரீட்சைக்கு ராஜகோபாலன் நம்பரைக் கொடுத்துட்டதால பி.காம். பாஸ் பண்ணியாச்சுன்னு அப்பா நம்பிண்டு இருக்கார்.

பி.காமாவது, மயிராவது! அது நமக்குப் பிராப்தமில்லை. அப்புறம் சாமியாராப் போறேன்னு கலாட்டா பண்ணி, வடக்கே கொஞ்சம் சுத்திப் பார்த்துட்டு வந்தேன். அப்புறம் அப்பா அவர் பிரதர்கூட நிலத்தகராறு ஒண்ணு உண்டு. அதில ஜாயிண்ட் கையெழுத்து போட்டுத்தரதாப் பேசிக் கொஞ்சம் பணம் பண்ணேன். என் பேர்ல சுவீகாரமா இருந்த நிலத்தை அப்பா வுக்குத் தெரியாம வித்துட்டு மெட்ராஸ்ல வேலை பார்க்கப் போறேன்னு கிளம்பி, அங்க கொஞ்ச நாள் கன்ஸல்டன்ஸி கம்பெனில பொய் சர்டிபிகேட்டைக் காட்டி சேர்ந்து கதை பண்ணிட்டிருந்தேன். அந்த தாழி எப்படியோ கண்டுபிடிச்சுட்டு எம்மேல ஸூட்டைப் போட்ருவேன்னான். போடான்னு வந்துட்டேன்.

'ஃபார் ஹூம்ஸோ எவர்'ன்னு ஒரு விளம்பரம் வேற. 'எங்க கம்பெனிக்கும் சம்பத்துக்கும் சம்பந்தமே இல்லை. எனிபடி டீலிங் வித் ஹிம் இஸ் டூயிங் ஸோ அட் தேர் ஓன் ரிஸ்க்'ன்னு என் பேர் பேப்பர்ல வேற வந்துடுத்து. அந்த விளம்பரத்தைப் பெருகமணியில யார் பார்க்கப் போறா? மெட்ராஸ்ல பார்த்தவங்களே ரொம்பக் கம்மி. ஏன்னா அங்கேயே கம்பெனி பேரை வச்சுண்டு நிறைய அட்வான்ஸ் வாங்கிட்டேன். ஆனா மெட்ராஸ் ரொம்ப எனக்கு ஹாட் ப்ளேஸ் ஆயிடுச்சு. பல பேரைக் கண்டு பதுங்க வேண்டி வந்துடுத்து. நிலம் வித்த பணம் வேற தீர்ந்து போயிடுத்து. கொடுத்த செக்கெல்லாம்

பவுன்ஸாறது. இன்ஸ்டால்மெண்டில் டிவி, ஃப்ரிஜ்ஜுன்னு வாங்கி அது வேற நிறையப் பணம் பாக்கி. இன்ஸ்டால் மெண்ட்காரங்கள் எல்லாருமே ஏமாத்தப்பட வேண்டியவங்க. வட்டி என்ன கொள்ளை தெரியுமா? அதனால நான், ஆன் ப்ரின்ஸிபிள், ஒரு தவணைக்கு மேல கொடுக்கற வழக்கம் இல்லை. ஏமாற ஆள் இருந்தா ஏமாத்தி ஆகணும்!

2
ராஜி

அப்பா நான் வருகிற தினுசில் இருந்தே கோபித்துக்கொள்ளப் போகிறேன் என்று எதிர் பார்த்தார். அப்பாவுக்கும் அம்மாவுக்கு என்னை விட்டால் யாருமில்லை. பெங்களூரில் அவருக்கு ஆஸ்துமா தொல்லை அதிகம் என்றுதான் இங்கேயே வேலை ஒப்புக்கொண்டிருக்கிறேன். என் சம்பளம் அவர்களுக்குத் தேவை. இருந்தும் என்னைக் கல்யாணம் செய்து அனுப்ப வேண்டும் என்று என்ன வைராக்கியமோ, புரியவே இல்லை. சோஷியலாஜி மனிதக் குழுக்களின் நடத்தையைப் பற்றி பேசுகிறது. ஒவ்வொருத்தரும் தனித் தீவாக இருக்கும் தனி மனிதர்களைப் பற்றி அல்ல. அப்பா ஒரு தீவு.

'யாருப்பா சம்பத்?'

'சம்பத்தா! எனக்கு அப்படி யாரையும் தெரியதே!'

'பொய் சொல்லாதீங்கப்பா. சம்பத்துன்னு ஒருத்தர் எனக்கு போன் பண்ணியிருந்தார். நீங்கதான் அவர் அப்பாவுக்குக் கடிதம் எழுதியிருந்தீங் களாம்.'

'ஓகோ! அந்த சம்பத்தா? என்ன இப்ப?'

‘சாயங்காலம் வராராம் என்னைப் பார்க்க.’

‘...’

‘ஏம்ப்பா என்னைக் கேக்காம இந்தக் காரியம் பண்ணிங்க?’

‘கேட்டா நீ மாட்டேம்பம்மா!’ அம்மா உள்ளே வந்துவிட, ‘டிபன் பண்ணிடு. அந்த சம்பத்துன்னு சொன்னேன் இல்லை, ஜகன்னாதன் கொடுத்த ஜாதகம், அவர் வராராம்.’

‘என்ன இது திடீர்னு?’

‘எல்லாமே திடீர் திடீர்னுதான் பண்றீங்கப்பா நீங்க.’

‘உங்கம்மாவுக்கும் தெரியும்!’

‘எனக்கு மட்டும் சொல்லமாட்டீங்க! நிஜமாவே சொல்லுங்க! நான் கல்யாணம் செய்துக்கணும்னு விரும்பறீங்களா! பாசாங்கு பண்ணாதீங்க. நேரா பதில் சொல்லுங்க.’

‘என்னம்மா இப்படிக் கேக்கறே? உனக்குக் கல்யாணம் செய்து வைக்கிறது என் கடமையம்மா.’

‘இருபத்தேழு வயசிலயா?’

அம்மா, ‘இருபத்தேழு ஒரு வயசா சொல்லுங்கோ. நம்ம சீதாவுக்கு எத்தனை வயசில் கல்யாணம் ஆச்சு?’ என்றாள்.

‘இருபத்தெட்டில்.’

‘எத்தனை வயசில் டைவர்ஸ் ஆச்சு? அதையும் சொல்லுங்களேன். அப்பா, எனக்குக் கல்யாணம் எதுக்கப்பா?’

‘கல்யாணம் என்கிறது பிரஜாவிருத்திக்கு. நீ ஒரே மகள். நம்ம குடும்பம் தழைக்கவேண்டாமா?’

‘நல்ல பிரஜையாத் தேர்ந்தெடுத்துத் தத்து எடுத்துக்கலாம்பா. கவலைப்படாதீங்க.’

‘என்ன பேச்சும்மா இது? அதும் இதும் ஒண்ணாயிடுமா? நீ சந்தோஷமா இருக்கணும்னு நான் நினைக்கிறது தப்பா?’

‘தப்பில்லைப்பா. நான் கல்யாணம் பண்ணிக்கிட்டா சந்தோஷமா இருப்பேன்னு நினைக்கிறீங்களே, அதுதான் தப்பு.’

'உன்னைப் படிக்கவெச்சதுதான் தப்பு. என்னமோ மெடல் எல்லாம் வாங்கறியேன்னு மேல படின்னா எல்லாத்தையும் குதர்க்கவாதம் பண்றே.'

'இல்லைப்பா. என்னைப் பாருங்க. சரியா நேரப் பாருங்க. அழகாவா இருக்கேன்? ஒரு பொண்ணு மாதிரியா இருக்கேன்?'

'பின்ன எப்படியாம்?'

'ஒரு ப்ரொபஸர் மாதிரி, ஒரு மாமி மாதிரி! என்னைப் பாத்து யாருப்பா ஊம்னு சொல்லப் போறா? எத்தனை முறை முயன்று பார்த்தீங்க! எத்தனை முறை தோத்துப் போயாச்சு? பொண்ணுக்கு என்ன நிஜ வயசு? பாத்தா கொஞ்சம் வயசானாப்பல தோணலை? போய்ட்டு லெட்டர் போடறோம்!'

'அதெல்லாம் சப்பைக்கட்டு!'

'இதப்பாரும்மா, உனக்குத் தலைவாரிப் பின்னி ஜடை பில்லை வெச்சுப் பளிச்சுனு புடைவை கட்டிண்டன்னா நீயும் கல்யாணப் பொண்ணு மாதிரி ஆயிடறே!'

எனக்குச் சிரிப்பு வந்தது. 'கல்யாணம் கட்டிண்டா நான் புருஷன் கூடப் போயிட வேண்டாமா? அதை யோசிச்சுக் பார்த்திங்களா? நான் வேலையை விடவேண்டியிருக்கும். அதை யோசிச்சுப் பார்த்திங்களா? அவர் வீட்டில உங்களை கூட வெச்சுக்க சம்மதிக் காம இருக்கலாம். அதை யோசிச்சுப் பார்த்திங்களா?'

'இப்ப சொல்லு! இப்ப நீ கேக்கற கேள்விகள் எல்லாம் நியாயம் தான். இதுதான் லௌகிகம். இதுக்கு நான் பதில் சொல்லக் கடமைப்பட்டிருக்கேன். இது பாரு ராஜி! நாங்க ரெண்டு பேரும் ஒண்ணு சாகாவரம் பெத்தவங்க இல்லை. ஒரு நாள் இல்லை ஒரு நாள் எங்க காலம் முடியத்தான் போறது. அதுக்கப்பறம் நீ என்ன செய்வே? உனக்கு ஒரு குடும்பம் வேண்டாமா? குழந்தைகள் வேண்டாமா? கவலை வேண்டாமா? சந்தோஷம் வேண்டாமா? வாழ்க்கை பூரா ஆஸ்டல்ல எடுப்புச் சாப்பாடு சாப்பிட்டுண்டு இருக்கப் போறியா?' நான் மௌனமாக இருந்தேன். முதல் முறையாக அப்பா சொன்னது எனக்குப் பயமாக இருந்தது.

'கல்யாணம்னா கொஞ்சம் முன்ன பின்னதான் இருக்கும். அவா எங்களை கூட வச்சுக்கலாம்னா சரி, வெல் அண்ட் குட்!

மாட்டேன்னாலும் வேற மார்க்கம் ஏதாவது தெரியும்! எப்படியும் அட்ஜஸ்ட் பண்ணிண்டு போயிடலாம். பேசாம உன் ப்ரொபஸர் தனத்தை எல்லாம் விட்டுட்டுப் பளிச்சின்னு நெற்றிக்கு இட்டுக் கொண்டு வா. பிராப்தம் இருந்தா சம்பத்து. பிராப்தம் இல்லைனா வேற யாரோ! ஆனா கல்யாணம் வேண்டாம்னு சொல்றதில மட்டும் எனக்கு சம்மதமே இல்லை. கல்யாண முயற்சியை நான் உயிருள்ளவரைக்கும் விடவும் மாட்டேன். எத்தனை நாளைக்கு இருக்கப்போறோம்ங்கறே! இப்பத்தான் படிச்சேன். யாரோ தெலுங்கு எழுத்தாளராம். டில்லிக்கு ஜட்ஜாப் போனானாம், திடீர்னு மார் வலி. பொசுக்குன்னு போய்ட்டான். எனக்கும் அவனுக்கும் ஒரே வயசு... அறுபத்து மூணு.'

'அபத்தமாகப் பேசாதீங்கப்பா. உங்களுக்கு அதெல்லாம் வராது.'

'ஏதாவது ஒரு நாள் வந்து தானே ஆகணும்.'

'இல்லைப்பா. என்னைப் பொருத்தவரையில் நீங்க ரெண்டு பேரும் அமிர்தம் சாப்பிட்டவங்க. உங்களுக்குச் சாவு கிடையாது. நடக்கக்கூடாது.'

'அப்பா சிரித்துக்கொண்டே இருமினார். அம்மா பெஞ்சின் மேல் அரக்குக் கலர் பட்டுப் புடைவையை எடுத்துவைத்திருந்தாள்.

'இதெல்லாம் வேண்டாம்மா. எனக்கு வேஷம் போட்டுக்க இஷ்டமில்லை.'

'தலையாவது வாரிப்பியோ?'

'எப்பவும் எப்படி டிரஸ் பண்ணிப்பனோ அப்படித்தான். சம்பத்து வந்தாலும் சரி, எந்தக் கொம்பத்து வந்தாலும் சரி.'

'சரி, சரி எத்தனை மணிக்கு வரேன்னு சொன்னார்?'

'தெரியாது சாயங்காலம்.'

'தலையைச் சிக்கெடுத்து விடட்டுமா?' புஸ¬புஸ¬ன்னு இருக்கே?'

'பயந்துண்டா பயந்துக்கட்டும்.'

'நெத்திக்காவது இட்டுப்பியோல்லியோ? நான் போய் எதாவது ஸ்வீட் பண்றேன்.'

‘அதெல்லாம் எதுக்கும்மா?’

‘உன் அலங்காரத்தை நீ என்னவேணா செய்துக்கோ, கிச்சன் சமாசாரத்திலே மட்டும் குறுக்கே வராதே. வரவாளுக்கு டிபன் கொடுக்கறதுதான் மரியாதை. எத்தனை பேர் வராளாம்?’

‘தெரியலை. ஒண்டியாளாத்தான் வருவார்னு தோன்றது.’

‘உனக்காக எத்தனை நகை சேத்து வெச்சிருக்கேன்! எல்லாம் பொட்டியில் தூங்கறது.’

நான் என் வளையல் இல்லாத வெறுங்கையை உருவி அலம்பிக் கொண்டேன். பொட்டு இட்டுக்கொள்ளும்போது இன்றைய ராஜேஸ்வரியைப் பார்த்தேன்.

நீங்கள் என்னை ரோட்டில் பார்த்தால் திரும்பிப் பார்க்க மாட்டீர் கள். என்னைப் போல் முகமில்லாத பெண் பிரஜைகள் ஊருக்கு ஊர் உண்டு. எங்களுக்கெல்லாம் பஸ்ஸில் பயமில்லை. ராத்திரி திரும்பி வருகையில் பாதுகாப்புத் தேவையில்லை. கேங் ரேப்புக் கெல்லாம் அப்பாற்பட்டவர்கள் நாங்கள். சரித்திரம் படைக்கத் தெரியாத சாதாரணிகள். ஆண் உரசல்கள் இல்லை. மார்பில் தங்கும் பார்வைகள் இல்லை. ஏறக்குறைய நாங்கள் ஆண் பிள்ளைகள்தான்.

எங்கள் கனவுகளில் வர்ணங்கள் கிடையாது. அஸெப்டிக் கனவு கள். இருந்தாலும் எதற்காகக் கண்ணாடியைப் பார்த்துக் கொண்டு என் முகத்தை ரசித்துக்கொண்டிருக்கிறேன்? பாழாய்ப்போன ஈகோ! கல்லூரி சஞ்சிகையில் ஓரத்தில் என் போட்டோ வந்தால் அதையே பார்த்துக்கொண்டிருக்கிறேனே! ஏதோ ஒரு கோணத் தில் எப்போதாவது நான் அழகாகத்தான் இருக்கிறேன் என்று எனக்கு நினைப்பு, நம்பிக்கை! நம்பிக்கை செத்துவிட்டால் மனிதனும் செத்துவிடுகிறான்.

2
சம்பத்

வயது முப்பத்திரண்டாகிறது. இதுவரை நான் சொன்ன பொய்யெல்லாம் சேத்தா இங்கிருந்து சந்திர மண்டலம்வரை போயிறலாம். ஆனா இது வரை தீவிரமா மாட்டிண்டதில்லை. ஏதோ அங்கங்க கொஞ்சம் கசமுசா ஏற்படும். மேலே ஒரு பொய்யைச் சொல்லி சமாளிச்சுருவேன். யோசிச்சுப் பார்த்தா ஏமார்றது ஜனங்ககிட்ட ரத்தத்தில் ஊறியிருக்கு. ஏமாத்தறது எப்படின்னு தெரியணும். அந்த நேக்கு தெரியணும். அவ்வளவுதான்.

இப்படித்தான் ஒரு தடவை வாரங்கல் போயிருந் தேன். அங்க கொள்ட்டி ஒருத்தன்கிட்ட ஒரு மாங்காத் தோப்பை வித்துட்டு வந்துட்டேன். தோப்பு எங்கருக்குன்னு கூடத் தெரியாது. எப்பவோ பழைய டைட்டில் இருந்த மாதிரி ஒரு டாக்குமெண்ட் தயார் பண்ணி வித்தேன். கொள்ட்டி என்னைத் தேடிண்டு அச்சரப்பாக்கத் தில அலைஞ்சிட்டிருக்கான். அச்சரப்பாக்கத்தில் அட்ரஸ் கொடுத்திருந்தேன்.

எதுக்குச் சொல்ல வரேன்னா சவுடால்லேயே ஜீவனம் போயிண்டிருக்கு. அப்பப்ப எட்குவார்ட் டர்ஸை மாத்த வேண்டி வரது. அம்மாவுக்கு

அப்பாவுக்கும் வயசாயிடுத்து. எனக்குக் கல்யாணம் பண்ணியே ஆகணும்னு ஒத்தைக் கால்லே நிற்கறா. எனக்குக் கல்யாணத் துக்குச் சமயம் கிட்டலை. பெண்பிள்ளை விஷயத்துக்கு இன்னும் போகலை. வெங்கிட்டு இருந்திருந்தான்னா எனக்குக் கிடைச்ச சந்தர்ப்பத்திலே பூந்து விளையாடியிருப்பான். பொய் ஜோடிக் கிறதிலயே பிஸியா இருந்துட்டேனா, சீரியஸாக் கல்யாணம் செய்துக்க முயற்சி பண்ணலை. மேலும் கல்யாணம் பண்ணிண்டா சுந்தரியைத்தான் பண்ணிக்கணும்னு ஒரு வைராக்கியம் வெச்சுண் டிருந்தேன்.

சுந்தரிக்குக் கல்யாணம் ஆயிடுத்து. ரொம்ப சோகம்!

சுந்தரியை ஒரு கல்யாணத்தில்தான் பார்த்தேன். அப்படி ஒண்ணும் பிரமாத அழகில்லை.எனக்கு என்னவோ பிடிச்சுப் போயி தேவதை மாதிரித்தான் இருந்தா. ரெண்டு பேரும் லவ் பண் ணோம். ஏதோ பள்ளிக்கூடத்தில் டீச்சரா இருந்து பிகில் ஊதிண்டு இருந்தா. இவளை ஒரு காலத்தில், நங்கவரம் பண்ணை ஆயிரம் ஏக்கர் நிலம் இருக்குன்னு சொல்லிக் கணக்குப் பண்ணி மாட்னி கூட்டிட்டுப் போயி ஐஸ்க்ரீம் எல்லாம் வாங்கித் தந்து ஒரு மாதிரி செட்டப்பா வெச்சிருந்தேன்.

ஒரு விசை மகாபலிபுரம் போய்ட்டு ராத்திரி தங்கிட்டு வந்தோம். பயந்துட்டா. ஒண்ணும் ஆகாதுன்னு சொன்னாக்கூட உள்ளங்கை யைக் கிள்ளி, 'என்னை நிச்சயம் கல்யாணம் பண்ணிப்பேன்னு எல்லா சாமி பேர்லயும் சத்தியம்' வாங்கிண்டப்புறம்தான் படுக்கைலயே உக்காருவேன்னு சொன்னா.

என்னவோ ஆயிடுச்சு போங்க... கொஞ்சம் அதிகமாப் புருடா விடப் போயி, அவ அப்பா போலீஸ்ல ஃபிங்கர் பிரிண்ட் ஸிவில் ஆசாமியா இருந்து ரிடையர் ஆனவர், அவர் போலீஸ் மூலமா விசாரிச்சுப் பார்த்துட்டுப் பண்ணையும் இல்லை மொண்ணையும் இல்லைன்னு கண்டுபிடிச்சுட்டு என்னைக் கூப்பிட்டு வுடு வுடுன்னு விட்டார். சுந்தரி, 'உன் மூஞ்சில முழிக்க மாட்டேன்' னுட்டு கதவைப் படார்னு சாத்திட்டா.

எக்கச்சக்கமா ஒண்ணும் ஆயிடலை. சுந்தரிக்குக் கல்யாணம் ஆயி இப்ப மைசூர்ல ஜெயநகர்ல இருக்கான்னு கேள்விப் பட்டேன்.

அட்ரஸ் வெச்சிருக்கேன். சுந்தரியை என்னால மறக்க முடியாது. அவளாலயும் என்னை மறக்க முடியாது. அதுவும் தெரியும் எனக்கு.

மைசூர்ல இருந்து ஜகன்னாதன் அந்த ஜாதகம் கொண்டுவந்து கொடுத்தபோது தலைநகரை மைசூருக்கு மாத்தினா என்னன்னு தீவிரமா எண்ணம் தோணிச்சு. அங்க யாரோ ராஜேஸ்வரின்னு யுனிவர்ஸிட்டியில ப்ரொபசராம். 'நல்ல பொண்ணு, மாசம் ஆயிரத்து ஐநூறுக்குக் குறைவில்லாம சம்பாத்தியம், ஒரே பொண்ணு'ன்னு சொன்னார் ஜகன்னாதன்.

நான் மைசூர் போய்ப் பாக்கறதுன்னு தீர்மானம் பண்ணிட்டேன். நேரா இதுக்காக வந்ததாச் சொன்னா மரியாதைப் படாது. 'பிஸினஸ் விஷயமா வந்தேன்'னு சொன்னாத்தான் மதிப்பு.

என் வாழ்க்கையை யாருக்கும் படிப்பினையாகச் சொல்ல வரலை. உலகத்தில் எத்தனையோ பேர் எத்தனையோ விதத்தில் ஏமாத்தறாங்க. நான் ஒரு சின்ன ஆப்பரேட்டர். எனக்கு ஆச்சரியம் என்னன்னா, ஜனங்க இத்தனை சுலபமா ஏமாந்துபோறாங்கிறது தான். யோசிச்சுப் பார்த்தா என் முகம் ஒரு காரணம்! கடவுள் என்னைப் பொருத்தவரையில் ஒரு சின்ன வேடிக்கை பண்ணி யிருக்கார்.

என் முகத்தில் அப்படி ஒரு இன்னொஸென்ஸைக் கொடுத்திருக் கார். கண்ணாடில பார்த்துக்கிட்டு இருக்கறப்ப எனக்கே என் முகத்தை நம்ப முடியலை. 'ரொம்பப் பாவம்!' அப்புறம் கன்னுக்குட்டி மாதிரி கண்ணு, தீர்க்கமா மூக்கு. எங்க அப்பா, அம்மாகிட்டே இருக்கிற நல்ல தோற்றங்களை எடுத்து அபாரக் கலவையாய்ப் பொறந்திருக்கேன். நானே என் பொய்களை நம்ப ஆரம்பிச்சுட்டேன். இப்ப அந்த சுந்தரிகிட்டே போய் 'வாடி'ன்னா எல்லாத்தையும் துறந்துட்டு வந்துருவா. அதுக்குச் சின்னதா பொய் ஜோடிக்கணும். பார்க்கலாம். முதல்ல இந்த, என்ன பேரு, ராஜேஸ்வரியைக் கவனிக்கலாம்.

3

ராஜி

ஆறரை மணிக்குமேல் வாசலில் கர்ர்ரென்று சப்தம் கேட்க, ஆட்டோ ரிக்ஷா பிளாக்கை மூணு தரம் சுற்றி விட்டு எங்கள் வீட்டைத் தீர்மானித்து வந்து நின்றது. அதிலிருந்து இறங்கியவன் பையில் சில்லறை தேடிக்கொண்டிருந்தான். நான் வாசலில் போய்ப் பார்க்க, சில்லறையா அஞ்சு ரூபா இருக்குமா? என்கிட்ட ஹன்ட்ரடா இருக்கு' என்றான். நான் கொஞ்சம் பதட்டத் துடன் ஓடிப்போய் என் கைப்பையை எடுத்து வந்து அஞ்சு ரூபாய் கொடுத்தேன்.

'தாங்க்ஸ். போறதுக்குள்ளே மாத்திக் கொடுத்துர் றேன்' என்றான்.

மெலிசான அந்த இருட்டு வேளையிலும் கண் ணாடி அணிந்திருந்தான். எனக்குக் கறுப்புக் கண்ணாடி அணிபவர்களைப் பிடிக்காது. 'கண் களால் நேராகப் பார்க்க தைரியம் இல்லாத வர்கள்' என்று சொல்வேன். ஆனால் இவன் விஷயத்தில் இவன் கண்களை நிஜமாகவே வெளிச்சம் உறுத்தும் போலத்தான் இருந்தது.

நல்ல சிவப்பாக இருந்தான். எதிர்காலத்தில் கணவனாக வரப்போகிறவரை, 'அவன், இவன்'

என்று நான் இப்போது பேசுவதைக் கவனிக்க! முதலில் அவனைப் பார்த்தபோது எனக்கும் அவனுக்கும் பொருத்தமே இல்லாததால்தான் அப்படி! கல்யாணமானால் 'அவர்' என்று சொல்லிக்கொள்கிறேன்!

'நீங்கதான்...'

'ராஜேஸ்வரி.'

'டாக்டர் ராஜேஸ்வரி! எதில டாக்டர் நீங்க?'

'சோஷியாலாஜி.'

'எனக்குத் தெரியாத சப்ஜெக்ட், உள்ள போகலாமா?'

'வாங்க வாங்க. ஸாரி... அப்பா...'

'வாங்க மிஸ்டர் சம்பத்!'

அவனை நான் வருணித்தே ஆகவேண்டும். தப்பிப் போய் எங்கள் வீட்டுக்கே வந்துவிட்டான்! சிவப்பாக இருந்தான். உதடுகள் மிக லேசாக, இளஞ்சிவப்பாக, பொருத்தமான மூக்குடன், தீர்க்கமான பார்வையுடன், களங்கமில்லாத சிரிப்புடன், ஏதோ விளம்பரப் படத்தில் ரத்னக் கம்பளங்களை மிதித்துக்கொண்டு கையில் ஒரு ரத்த ரோஜாவுடன் அழகான பெண்ணின் அருகில் வந்து கோல் கேட் கம்பெனிக்காகச் சிரிப்பானே, அவனைப் போலத்தான் இருந்தான். என்னை நேராகப் பார்த்தபோது அவன் கண்களில் ஏமாற்றமோ, தயக்கமோ கொஞ்சமேனும் இல்லாதது எனக்கு வியப்பாக இருந்தது.

அவன் என்னைவிட ஒரு அடி உயரமாக இருந்தான். அவனிடம் ஆண்களுக்கே உரிய மாஸ்குலைன் வாசனை வீசியது. என் ப்ரொபஸர் வாழ்க்கையில் என் உள்ளம் பெண்மை சம்பந்தமான விஷயங்களால் படபடத்தது முதல் தடவையாக.

உள்ளே வந்ததும் அப்பாவின் பாதங்களைத் தொட்டு வணங்கி னான். அப்பா, 'சௌக்கியமா இருக்கிங்களா?' என்று யாராவது கேட்டாலே புளகாங்கிதம் அடைவார். காலைத் தொட்டு வணங்குவதற்குக் கேட்கவேண்டுமா? தேன் குடித்த மாதிரி, 'வாங்கோ, வாங்கோ' என்று நாற்காலியை அனாவசியமாகத் தட்டி உட்கார வைத்தார். அழகாக உட்கார்ந்தான்.

‘என் பேர் சம்பத். ஜகன்னாதன் மூலமா உங்க ஃபேமிலியைப் பத்தித் தெரிஞ்சுண்டோம். மைசூருக்கு ஆபீஸ் விஷயமா வந்தேன். அப்பாதான் ஒரு நடை போய்ப் பார்த்துட்டு வந்துருன்னார். கடுதாசி எழுதியிருந்தாரே! கிடைக்கலையா?’

‘கிடைச்சுது’ என்று என்னை ஒருமுறை குற்றத்துடன் பார்த்துக் கொண்டு பதில் தந்தார். ‘எப்படி? திப்புவில வந்தேளா!’

‘இல்லை நான்-ஸ்டாப் பஸ்ஸிலே வந்தேன். அதான் மணிக்கு மூணு பறக்கறதே! உக்காருக்கோ, ஏன் நிக்கறிங்க?’ என்றான் எங்களைப் பார்த்து.

அம்மா தலைப்பை இன்னும் மூடிக்கொண்டு நிலையில் வந்து நின்றாள்.

‘உங்களுக்கு ஒரே பெண்ணா இவங்க?’

‘ஆமாம்.’

‘நானும் ஒரே சன்தான்!’

அப்பாவுக்குக் கை கால் ஓடவில்லை. அவனையே பார்த்துக் கொண்டிருந்தார். சந்தர்ப்பத்துக்கு ஏற்பப் பேச வரவில்லை. அம்மாதான் என்னை உள்ளே கூப்பிட்டு ஸ்வீட்டையும் காராபாத்தையும் காப்பி டம்ளரையும் என் கையில் கொடுத்தாள். நான் அதை அவன் முன்னிலையில் வைத்துவிட்டு நாற்காலி ஓரத்தில் உட்கார்ந்தேன்.

‘நான் ஒரு கன்ஸல்டண்ட். அப்பாதான் சொன்னார். எங்களுக்கு ஜாதகம் பத்தி அத்தனைக் கவலையில்லை. நீங்க?’

‘நான் பார்த்தேன். நன்னாவே பொருந்தியிருக்கு உங்க ஜாதகம். ‘உரமிகு சென்மத்தாதி ஒரெழாம் அதிபரோடு திரமுடன் இருக்கில் மேன்மை’ன்னு சுகர் சொன்னாப்பல ஸ்திரீகளால் செல்வம் உண்டாகும். எல்லாருக்கும் நல்லவரா இருப்பீங்க. செல்வம், பூமி இதெல்லாம் மிகுதியா வரும். அயனான ஜாதகம். ராஜிக்கு ரொம்பப் பொருந்தறது.’

அவன் என்னை இப்போது நேராகப் பார்த்தான். ‘நீங்க காலேஜ்ல லெக்சரரா?’

'இல்லை ப்ரொபஸர், ஹெட் ஆஃப் தி டிப்பார்ட்மெண்ட் ஆகப்போறா?'

'யூ.ஜி.ஸி ஸ்கேல்தானே?' என்றான்.

எனக்குக் கொஞ்சம் ஆச்சரியமாக இருந்தது. 'நீங்க எஜுகேஷ னோட சம்பந்தப்பட்டவரா?'

'எல்லாத்திலயும் இண்ட்ரஸ்ட். சார், என்னைப் பத்தி நீங்க விசாரிச்சிங்களா?'

'அதுக்கென்ன?'

'இல்லை, ஒரு கல்யாணம்கறதுக்கு முந்தி எல்லாத்தையும் தீர விசாரிச்சுர்றது நல்லது. நான் மெட்ராஸ்ல ஒரு கன்ஸல்டன்ஸி வெச்சிருக்கேன். எங்கப்பா ஒரு பார்ஸல் கிளர்க்காத்தான் ரிடையர் ஆனார். லோயர் மிடில் கிளாஸ்னுதான் சொல்லணும். படிச்சது, சம்பாதிச்சது எல்லாம் சொந்த முயற்சியாலதான்.'

'என்ன படிச்சிருக்கிங்க?' என்று கேட்டேன்.

'என்னம்மா! காமர்ஸ்ம்மா. இந்தாங்க, மறந்தே போயிட்டேனே?'

'எதுக்கு இதெல்லாம்? அட?'

பை நிறைய ஆப்பிள்களும் ஸீட்லஸ் திராட்சைகளும் கொண்டு வந்திருந்தான்.

'பங்களூர்ல சல்லிசாக் கிடைச்சது.'

டிபனை நாசூக்காகச் சாப்பிட்டான். எனக்குக் கொஞ்சம் வியப் பாகவே இருந்தது. இவனைப் பார்த்தால் ஏதோ தீர்மானத்துடன் வந்திருப்பவன்போலத் தோன்றியது. என்ன தீர்மானம் என்று தெரியவில்லை. பெண் பார்க்க வந்தமாதிரியே நடந்துகொள்ள வில்லை. ஒரு குடும்ப நண்பன், குறிப்பான நோக்கமில்லாமல், சாயங்காலம் வந்து விசாரித்துப் போவது போலத்தான்.

'மைசூர்லகூட ஒரு ஜெயநகர் இருக்கா?' என்றான் மென்று கொண்டே.

'ஆமாம், இந்த இடத்துக்குப் பேரு யாதவ் கிரி.'

'பாஷ் லொக்காலிட்டியா இருக்கே. ஸ்டேஷனுக்குக் கிட்டயும் இருக்கும். ஆட்டோக்காரன்தான் கொஞ்சம் சுத்தி அடிச்சுட் டான்.'

சாப்பிட்டுவிட்டுத் தட்டை எடுக்க முற்பட்டபோது, 'என்னது இது! தட்டெல்லாம் பொம்மனாட்டி எடுத்துப்பா, வெச்சிருங்க சம்பத்' என்றார் அப்பா.

'சார், அந்தக் காலமெல்லாம் போயிடுத்து! இப்பக்கூட நான் ஒண்ணும் சம்பிரதாயமா, பந்தாக்களோட பெண் பார்க்க வரலை. இந்தப் பக்கம் வந்தேன். பார்த்துப் பரிச்சயம் பண்ணிக்கொள்ள லாம்னு வந்தேன். ராஜேஸ்வரி, நீங்க என்னை என்ன வேணா கேக்கலாம்.'

மௌனமாக இருந்தேன்.

'உங்களுக்குப் பாடத் தெரியுமா?' என்றான்.

'தெரியாது.'

'பாட்டு பிடிக்குமா?'

'பிடிக்கும்.'

'எந்த மாதிரி பாட்டு?'

'கர்நாடக சங்கீதம் தான்.'

'அப்ப ஒண்ணு செய்யறேன். இது சம்பிரதாயமாய்ப் பெண் பார்க்கிற விளையாட்டு இல்லைன்னு நிரூபிக்கிறதுக்காக, நான் உங்களுக்கு ஒரு பாட்டு பாடிக் காண்பிக்கிறேன். என்ன சரியா?'

'தாராளமா' என்றார் அப்பா. எதிர்பாராத சந்தோஷத்துடன் என்னை ஒரு மாதிரி பெருமையாகப் பார்த்துக்கொண்டார். 'பார்த்தாயா, என் செலக்ஷன் எப்படி?'

அவன் 'க்கும்' என்று கனைத்துவிட்டுப் பாட ஆரம்பித்தான். எனக்குக் கொஞ்சம் அதிர்ச்சியாக இருந்தது. நல்ல குரலில், தெளி வாக, சுத்தமாக, ஒருவிதமான அலட்சியத்துடன் பாடினான்.

'யாதவ நீ பா' என்று புரந்தர தாஸரின் பாட்டை கர்நாடக தேவகாந்தாரியில் பாடினான்.

'பாரோ, பாரோ' என்று கொஞ்சுவது அழகாக இருந்தது.

முடித்துவிட்டு 'எப்படி?' என்றான்.

'பிரமாதம்! நல்லாப் பாடறீங்க. கத்துக்கிட்டிங்களா?'

'கேள்வி ஞானம்தான்.'

கொஞ்ச நேரம் அமைதியாக இருந்தது. எனக்கு இன்னும் அவன் பிரமிப்பு தீரவில்லை.

'என்ன யோசிக்கிறீங்க? பெண் பார்க்க வர்றது சம்பிரதாயமாகவே இல்லை. எனக்கு சில ப்ரின்ஸிபிள்கள் உண்டு. கல்யாணம்ங்கறது ஒருவிதமான பார்ட்டிஸிப்பேஷன்னு நினைக்கிறவன் நான். ஆண்தான் உயர்வு, பெண் தாழ்வுன்னெல்லாம் எனக்கு எதும் கிடையாது. வரதட்சிணைங்கறது தப்பு. இப்பல்லாம் பெற்றோர்களும் கட்டாயம் பண்ணிக் கல்யாணம் பண்ணி வெக்கிறதில்லை. பையன் பெண் ரெண்டு பேருக்குமே ஒருத்தரை ஒருத்தர் பிடிச்சுப் போயிருக்கணும். அதுதான் முக்கியம். அதைவிட முக்கியம், நல்ல குடும்பமா இருக்கணும். வளர்ந்த விதம் முக்கியம். போய் கடுதாசி போடறேன் அப்படி இப்படின்னு தட்டிக் கழிக்கிறது எல்லாம் எனக்குப் பிடிக்கவே பிடிக்காது. உள்ளத்தில் உள்ளதை அப்பவே உடைச்சுச் சொல்லிரணும்.'

நான் நம்பிக்கையில்லாமல் கேட்டுக் கொண்டிருக்க, சம்பத் நிதானமாக தெளிவாகச் சொன்னான்.

'எனக்கு உங்க பெண்ணைக் கல்யாணம் செய்துக்கறதுல இஷ்டம்! உங்களுக்கு என்னை இஷ்டமாங்கறது முக்கியம்' என்றான்.

மூன்று பேரும் இந்த அதிர்ச்சிக்குத் தயாராக இல்லை. 'என்ன சொல்றீங்க?' என்று அவன் கேட்டபோது, யாரும் எதும் சொல்ல வில்லை. 'என்ன இது, நம்பக்கூடியதுதானா?'

'உங்க தயக்கம் எனக்குப் புரியுது. என்னைப் பத்தி உங்களுக்குச் சரியாகத் தெரியாது. அதனால என்னைப் பத்தியும், என் குடும்பத்தைப் பத்தியும், என் வேலையைப் பத்தியும் நீங்க விசாரிக்க வேண்டியது அவசியம்தான். இதோ என் கார்டு. இதில் என் ஆபீஸ் அட்ரஸ் கொடுத்திருக்கு. என் அப்பா விலாசமும் தெரியும் உங்களுக்கு. ஜகன்னாதன் கிட்டயும் கேட்டுப் பாருங்க.

தனியாகவும் விசாரிச்சுப் பாருங்க. அதைவிட முக்கியம் ராஜேஸ்வரிக்கு என்னைப் பிடிச்சிருக்கணும்.'

'அப்படின்னா உங்களுக்கு அவளை...'

'பிடிச்சிருக்கு. அதான் சொல்லிட்டனே! நான் சுத்தி வளைச்சுப் பேசற ஆசாமி இல்லை. மத்தியானம் ராஜேஸ்வரிகூட போன் பேசறப்பதான் கொஞ்சம் வழிஞ்சேன்னு நினைக்கிறேன். முன்ன பின்ன பெண்களோடு பேசிப் பழக்கமில்லாததால்தான்.'

அவன் எழுந்தான். 'என் கார்டு இருக்கு. விலாசம் இருக்கும். நீங்க எனக்கு ஒரு வாரத்துக்குள் தபால் போடுங்க. அப்புறம் அப்பாவோ அம்மாவோ வந்து பார்க்கட்டும். என்னைப் பொருத்தவரை க்ளியர்! நான் வரட்டுமா?'

அவன் போனதை மூணு பேரும் 'ஆ'வென்று வாயைப் பிளந்து கொண்டு பார்த்துக்கொண்டிருந்தோம்.

3
சம்பத்

ராஜேஸ்வரியைப் பார்க்கறதுக்கு முன்னாடியே ஒரு மாதிரி தீர்மானம் பண்ணிட்டேன். எல்லாம் தோதாத்தான் வரது. கல்யாணம் பண்ணிண்டா வேலைல இருக்கற பெண் பிள்ளையாத்தான் கல்யாணம் பண்ணிக்கணும். எனக்குச் செலவு ஜாஸ்தி. எப்பவும் கைக்காசு வேணும். அதுக்கு நல்லா சம்பாதிக்கிற ப்ரொபஸர் குட்டியாக் கிடைச்சா நல்லதுதான். ஆயிரத்து ஐந்நூறுக்கு மேலச் சம்பளமாமே, அந்த ப்ரொபஸர் பொம்ப ளைக்கு? அதுக்கு மேல என்ன! மெம்மேல ப்ரமோஷன் அது இதுன்னு சம்பளம் உசந் துண்டே போகாதா? என் கடன் எல்லாத்தையும் இவ தீர்த்து வைக்கணும், இல்லை? அடுத்த வேளைச் சாப்பாட்டுக்குப் பொய் சொல்லித் தான் ஆகணுங்கிற கட்டாயம் இருக்கிறவனுக்கு இந்த மாதிரி ஒரு ப்ரொபஸர் பொம்பளை அகப் பட்டா வேண்டாம்னு சொல்லுவானா?

அந்தப் பெண்ணைப் பார்க்கணும்னு என்ன கட்டாயமா? பார்க்காமயே ஓகே சொல்லிரலாம் தான். இருந்தாலும் சமூகத்தில் இதுக்கும் ஒரு பொய்யான சம்பிரதாயம் இருக்கு. பாக்காமச் சொன்னா, 'என்னடா இவன் இப்படிப்

பணத்தாசை பிடிச்சுத்தான் பார்க்காமக் கூடக் கல்யாணம் பண்ணிக்கச் சம்மதிக்கிறான்'னு சந்தேகப்படுவாங்க. விசாரிப் பாங்க. எதுக்கு வம்பு? முதல்ல பெண்ணைப் பார்த்துரலாம். கிருஷ்ணசாமிகிட்ட நூறு ரூபா கைமாத்தா வாங்கிண்டு பெங்களூருக்குப் போனேன்.

அங்க நம்ம தோஸ்த் பிரகாஷ்னு இருந்தான். அவனைப் பார்க்கப் போனேன். அவன் வீட்டில் இல்லை. 'ஒரு போன் பண்ணிக் கிறேன்'னு பிரகாஷ் தங்கைகிட்டச் சொல்லிட்டு மைசூருக்கு ஒரு எஸ்.டி.டி. போட்டேன். 'ப்ரொபஸர் இல்லை'ன்னாங்க. கிளாஸ் போயிருக்காளாம். மறுபடி அரைமணி கழிச்சு போன் பண்றதாச் சொன்னேன்.

ட்ரங்க்கால்னா நாலு அஞ்சு ரூபா சார்ஜு ஆகும்னு தங்கைகிட்ட கொஞ்சம் ஜோஸ்யத்தை அவுத்துவிட்டேன். அந்தப் பொண்ணு என்னைப் பார்த்து பயங்கர ஸைட் அடிச்சுது. கை ரேகை காட்டறதுக்கு கையை மட்டும் இல்லாம பலதையும் காட்டித்து.

எனக்கு சுந்தரியைத் தவிர, மற்ற பேருங்ககிட்ட வேற மாதிரி எண்ணங்கள் தோணறதே இல்லை: பொம்பளை யாராவது எப்பவாவது கனாவில் வந்தா சுந்தரிதான் வருவா. மகாபலி புரத்தில வெச்சு ஒரு ராத்திரி... அதேன் கேக்கறீங்க!

பிரகாஷ் தங்கைக்கு லைஃப் லைன்ல ஒரு வெட்டு இருந்தது. இது அல்பாயுசுன்னு சொல்லலை. எங்கயாவது எஸ்.டி.டி. கூடாதுன்னு சொல்லிடுமே. அதனால கொஞ்ச நேரம் அதுங் கிட்ட கதை அடிச்சிட்டு மறுபடி மைசூர் கால் போட்டேன். இந்தத் தடவை அந்த ராஜேஸ்வரி கிடைச்சா.

அவ அப்பாவுக்கு எழுதின லெட்டர் கிடைக்கலையாம். எழுதி யிருந்தாத்தானே! குரல் தெளிவா, கொஞ்சம் பிடிச்ச குரலா இருந்தது. 'மன்னிச்சுக்கணும், நீங்க யாருன்னு தெரியாது. எதுக்காக போன் பண்றிங்கன்னும் தெரியாது...' உச்சரிப்பை அப்புறம் மாத்திரலாம்.

நான் உடனே அல்லயன்ஸ் விஷயத்தைச் சொல்லிட்டேன். 'பிரைவேட் கம்பெனியில கன்ஸல்டென்ஸி பண்ணிக்கிட்டு இருக்கேன். ஆபீஸ் விஷயமா மைசூர் வரேன். உங்களுக்கு ஆட்சேபனை இல்லைன்னா, வந்து பார்க்கலாம்ன்னு...' ரொம்ப தயக்கமா, ரொம்பா நாணமா, வெக்கமா, பதவிசாக் கேட்டேன்.

‘தாராளமா வாங்க’ன்னுட்டா.

‘தாராளமா வரத்தான் போறேன்! பாத்துக்கிட்டே இரு’ன்னு மனசுக்குள்ள சொல்லிட்டு வெச்சுட்டேன்.

பிரகாஷ் தங்கச்சி கூல் ட்ரிங்ஸ், ஆப்பிள், ஸீட்லஸ் திராட்சை எல்லாம் கொடுத்திட்டு என்னை பெட்ரூம் பார்வை பார்த்தா. ‘நான் வேற இடத்தில் கல்யாணம் கட்டிக்கணும் மகளே’ன்னு டாட்டா காட்டிட்டு வந்துட்டேன்.

4

ராஜி

அப்பாதான் முதலில் பேசினார். 'என்னம்மா சொல்றே?'

'நல்ல பிள்ளையாத்தான் இருக்கான். சொன்னேன் பாத்திங்களா, ராஜி கல்யாணம் தள்ளிண்டே போறது ஒரு நன்மைக்குத்தான்னு. இந்த மாதிரி ஒரு அழகான மாப்பிள்ளை வந்து வாய்க்கணும்னு தெய்வ சங்கல்பம் போல இருக்கு' என்றாள் அம்மா.

'நீ என்னம்மா சொல்றே, ராஜி?'

'ரொம்ப அழகா இருக்கான்பா!'

'இருந்தா என்ன?'

'பொருத்தமில்லைப்பா!'

'என்ன அப்படிச் சொல்றே?'

'என்னவோ, எங்கேயோ தப்பு இருக்கப்பா. இவ்வளவு ஹாண்ட்ஸம்மா இருக்கிறவன் எப்படி?'

அப்பா அவன் விட்டுச் சென்ற கார்டைப் பார்த்துக்கொண்டே, 'என்னம்மா இது, வலிய வந்த அதிர்ஷ்டத்தை வேண்டாம்னு சொல்லுவியா?' என்றார்.

'இல்லைப்பா, இது உங்களுக்கே அபத்தமாப் படலை?'

'என்ன அபத்தம்?'

'அவனுக்கும் எனக்கும் ஈடா? நான் அவன் அக்கா மாதிரி இருக்கேன். நிறம் கம்மியா, அவனைவிட ஒரே குட்டையா, கண்ணாடி போட்டுண்டு... அவன் சம்மதம் சொல்றான்னா...'

'ஏதாவது அவங்கிட்ட குறை இருக்கணும்ங்கறியா? வாஸ்தவம் தான். அதைத் தீர விசாரிக்கிறது என் பொறுப்பு. அவன் யாரு, என்ன குடும்பம், என்ன வேலை, என்ன சம்பளம், எப்படிப்பட்ட மனுஷன் எல்லாத்தையும் விசாரிச்சுடலாம்மா, அதெல்லாம் சரியாயிருந்தா நீ ஒத்துக்கறியா?'

'யோசிக்கணும்.'

'என்ன யோசிக்கிறதுக்கு இருக்கு?'

'யோசிச்சுச் சொல்றேன்பா! ரோடில போறீங்க. எதிர்த்தாப்பல ஒரு புலியைப் பார்க்கறீங்க. அது உங்களப் பார்த்து உறுமறதுக்குப் பதிலா நாய் மாதிரி வாலை ஆட்டித்துன்னா அதுக்கு என்ன அர்த்தம்? அது புலி இல்லைன்னுதான்!'

'இந்த உபமானமே எனக்குப் புரியல்லை ராஜி, சும்மா குதர்க்கம் பேசிண்டு இருக்காதே! விசாரிச்சுட்டுத்தான் லெட்டர் போட்டிருக்கார். அதும் இந்த கேஸில் நல்லாவே விசாரிக்கப் போறேன். விசாரிக்கறது உனக்குச் சம்மதம்தானே?'

'என்னைப் போட்டுக் குழப்பாதீங்க!'

'பயப்படாதே நீ. உன் எதிர்காலத்தைப் பத்தி எங்களுக்கு உன்னைவிடக் கவலை ஜாஸ்தி.'

'அதுக்கில்லைப்பா, பொருந்தாக் கல்யாணமா இருக்கும்னு சொல்லவரேன்.'

'ராஜி! உன் அழகைப் பற்றியோ தோற்றத்தைப் பற்றியோ குறைச்சுக்காதே. நீ ரொம்ப தன்னிரக்கமா இருக்கே. அதான்

காரணம், உனக்கு என்ன குறைச்சல்? சம்பாதிக்கலையா? புத்திசாலித்தனம் இல்லையா? புத்திசாலித்தனங்கிறதே ஒரு மாதிரியான அழகுதான். தெரியுமா?'

சிரித்தேன். 'சரி, இவனைப் பத்தி விசாரிங்க முதல்ல. அப்புறம் நான் என் அபிப்பிராயத்தைச் சொல்றேன்.'

'ஜாதகத்தைப் பார்த்த உடனே எனக்குத் தோணிப் போச்சு' என்றார் அப்பா.

'தங்கமான பையன். இவதான் என்னமோ இல்லாததெல்லாம் நினைச்சுண்டு முரண்டு பண்றா...'

ராத்திரி படுத்துக்கொண்டபோது எனக்குச் சாயங்கால சம்பவங் களில் இருந்த அபத்தம் மறுபடி நினைவுக்கு வந்தது. யார் அவன்? சம்பத் என்ன நோக்கத்துடன் வந்திருக்கிறான்? மத்தி யானம் போன் பண்ணிவிட்டு சாயங்காலம் வந்து 'உன்னை நான் கல்யாணம் பண்ணிக்கொள்ளத் தயார்' என்று கலக்கிவிட்டுப் போய்விட்டான். அவன் நோக்கம் என்ன? பணமா? அப்படி ஏதும் எங்களிடம் பணம் இல்லையே? எப்படி, எந்தக் கோணத்தில் பார்த்தாலும் புரியவில்லை. ஒரே ஒரு ரீதியில்தான் புரிந்து கொள்ள முடிந்தது. ஒருவேளை அவனுக்குப் புற அழகு என்பது முக்கியமில்லையோ? ஒருவேளை அவன் ஒரு வித்தியாசமான ஆதர்சவாதியாக இருக்கலாம். ஏன் எதை எடுத்தாலும் சம்பிரதாய மான கோட்பாடுகளை வைத்துக்கொண்டே அலசிப் பார்க்க வேண்டும்? எங்கேயோ ஒரு விதிவிலக்கு இருக்கலாம் இல்லையா?

இருட்டில் அவன் அழகான முகம் பளிச்சென்று தெரிந்தது. அந்த முகமும், களங்கமில்லாத பார்வையும், கண்களில் சிரிப்பும் சங்கடம் பண்ணியது. கண்களை இறுக்க மூடிக்கொண்டு வேறு என்னவோ சோஷியாலஜி சம்பந்தமான விஷயங்களை நினைத்துப் பார்க்க முயற்சி பண்ணிப் பார்த்தாலும் முகத்தைத் துரத்த முடிய வில்லை. உணர்ச்சிபூர்வமாக எனக்கும் இவனுக்கும் உறவு இன்று சாயங்காலத்தோடு முடியப் போவதில்லை என்று தோன்றியது.

அப்பாவும் அம்மாவும் ஹாலில் பேசிக்கொண்டிருப்பது தொந்தர வாக இருந்தது.

‘ப்ராப்தம் இருந்தா நிச்சயம் நடக்கும், ஏன் நடக்காது?’

‘இதப் பார்றி, கல்யாணம்ங்கறது சொர்க்கத்திலேயே நிச்சயிக்கப் பட்டிருக்கு. இங்கிலீஷ்ல ஒரு பழமொழி சொல்லுவா. நம்ம மனுஷ சக்தியால ஆறது எதும் இல்லை. எல்லாம் பகவானாப் பார்த்துப் பண்ணி வைக்கிறது. இதில நாம என்ன செய்யணும்? கீதைல சொல்லியிருக்கிற மாதிரி கடமையைச் செய்யாம விடக் கூடாது. பகவானுக்கும் நமக்கும் ஒரு பார்ட்னர்ஷிப் மாதிரி இது.’

‘ஒப்புத்துண்டுடுவாங்கறிங்களா?’

‘ஒப்புத்துண்டாச் சரி. இவதான் ஒப்புத்துக்கணும்.’

‘இவ என்ன சொல்லப்போறாளே?’

‘என்ன சொல்லப் போறேன்? பேசாம படுத்துண்டு தூங்குங் கோன்னு சொல்லப் போறேன்!’ என்றேன்.

அதற்குப் பின் அவர்கள் பேச்சு நின்று போய்விட்டது.

ராத்திரி தூங்க முடியவில்லை. சம்பந்தமில்லாத கனவுகள் வந்து அடிக்கடி தூக்கத்தைக் கலைந்தன. காலையில் கனவு ஞாபக மில்லை. ஆனால், ‘உனக்கு எதற்கு இந்த அதிக ஆசை?’ என்று யாரோ திரும்பத் திரும்பச் சொன்னாற்போல இருந்தது.

காலேஜுக்குக் கிளம்பும்போது அதிகப்படியாகவே அலங்காரம் செய்துகொள்கிறேனோ என்று தோன்றியது. ப்ரொபஸர் ராஜாராம் அமெரிக்கா போயிருந்தபோது வாங்கி வந்து பரிசளித்த பர்ஃப்யூம் பாட்டிலைக் கொஞ்ச நேரம் பார்த்துக் கொண்டிருந்து விட்டுக் குற்ற உணர்ச்சியுடன் ஒரு ‘புஸ்’ என்மேல் அடித்துக் கொண்டேன். பளிச்சென்று புடைவை உடுத்துக்கொண்டேன். கண்ணாடி ஃபிரேமை சாயங்காலம் பஜாருக்குப் போய் பட்டை மாற்றிக் கொள்ள வேண்டும் போலத் தோன்றியது. கண்ணாடி யைக் கழற்றிப் பார்த்தால் எப்படி இருப்பேன் என்று பார்த்துக் கொள்ள முடியவில்லை. எதிரே மூஞ்சி ‘பஜ்’ என்று நிழல்தான் காட்டியது. இந்தக் கண்ணாடி, படித்துப் படித்துத்தான் எனக்கு வாய்த்தது. படித்து என்ன பிரயோஜனம் என்றெல்லாம் தோன்றியது. என் எண்ணங்களே அன்றைக்கு நேராக இல்லை.

ராஜாமணியிடம் கேட்டுப் பார்க்கலாம் என்று தோன்றியது. இல்லை காலேஜில் இதைப் பற்றி இப்போது மூச்சுவிட

வேண்டாம். எல்லாம் கொஞ்ச நாள் பொருத்து சர்ப்ரைஸாகவே இருக்கட்டும்.

ராஜாமணி என்னில் இருந்த மாறுதலைக் கவனித்து விட்டார்.

'என்ன ராஜேஸ்வரி! நேத்து அந்த சம்பத்ங்கறவர் அப்புறம் போன் பண்ணாரா? என்ன விஷயம்? ஏதாவது நல்ல சேதியா?

'இல்லை சார். அப்பாவுக்கு ஒரு ஃப்ரெண்டு மூலமாகத் தெரிஞ்சவர். ஏதோ கன்ஸல்டன்ஸில் இருக்கார். வேலை விஷயமா மைசூர் வந்தார். வீட்டுக்கு வந்து பார்த்துட்டுப் போகலாம்னு வந்திருந்தார்.'

'கங்கராஜுலேஷன்ஸ்'

'எதுக்கு!'

'ப்ரமோஷன் லிஸ்ட்டில் நீங்களும் இருக்கீங்கன்று அடமினிஸ்ட்ரேஷன்ல சொன்னாங்க.'

'அப்படியா!' என்றேன் குதூகலத்தை அடக்க முடியாமல். சம்பத் என் வாழ்வில் வந்து சேர்ந்த முதல் தினமே அதிர்ஷ்டமா! கல்யாணம் ஆனால் இதையெல்லாம் விட்டுவிட வேண்டி வரும். சம்பத்தைக் கேட்டுப் பார்க்கவேண்டும். ஹ்யூமானிடி டிப்பார்ட்மெண்ட்டுக்கு நடந்து செல்லும்போது ஏரிக்கரை ஓரமாக ஒரு குதிரை வண்டி வந்துகொண்டிருப்பது எனக்குத்தான் என்று சற்று நேரமாகித்தான் புரிந்தது. வடக்கத்தி டாங்கா மாதிரியான குதிரை வண்டிகள் மைசூரில் உண்டு. அதுதான் எங்கள் ஊர் டாக்ஸி. நான்கைந்து பேர் இருந்தால்தான், ஏதாவது லக்கேஜ் இருந்தால் தான் இந்த வண்டிகளில் ஏறுவார்கள். மற்றபடி எங்களூர் ஸ்டாண்டர்ட் போக்குவரத்து சாதனம் ஆட்டோதான். பெங்களூர் மாதிரி அதிகப்படியாகக் கேட்கமாட்டார்கள். சம்பத் தனியாகக் குதிரை வண்டியில் வந்து இறங்கினது எனக்கு வேடிக்கையாக இருந்தது. சிமெண்டு கலரில் ஸஃபாரி ஸூட் போட்டுக் கொண்டு, தலையை அழுத்தமாக வாரிக்கொண்டு என்னைப் பார்த்த உடனே நடையைத் துரிதப்படுத்தி அருகில் வந்தான். இல்லையில்லை வந்தார் என்றுதான் இனிமேல் சொல்ல வேண்டும்!

'உங்களைப் பார்க்கத்தான் வந்தேன்.'

'எதுக்குக் குதிரை வண்டியில வந்தீங்க?'

'ஆட்டோக்காரன் கிட்டக்க இருக்குன்னு வர மாட்டேன்னுட்டான். இந்த வண்டில வரதும் நன்னாத்தானே இருக்கு! ப்ளெஸண்டாத்தான் இருக்கு!'

'என்ன விஷயம்?' என்றேன்.

சில மாணவிகள் நான் அவருடன் பேசிக்கொண்டிருப்பதை சற்று வியப்புடன் பார்த்துக்கொண்டு சென்றார்கள்.

'உங்களுக்கு நான் கடன் பட்டிருக்கேன். அதைத் தீர்க்காம ஊருக்குப் போகக்கூடாதுன்னுட்டு...'

'கடனா?'

'நேத்திக்கு அஞ்சு ரூபா வாங்கிக்கலை?'

'ஓ! அதுவா! அதுக்கென்ன அவசரம்?'

'இல்லை. இதெல்லாம் கடனா வெச்சுக்கவே கூடாது. ஒரு மாதிரி ப்ரின்ஸிபிள் எங்கிட்ட. இங்க எங்கயாவது காப்பி கிடைக்குமா?'

'காண்டீன் இருக்கு. அப்படி ஒண்ணும் சிலாக்கியமாச் சொல்ல முடியாது.'

'நான் உங்களைத் தொந்தரவு பண்றனோ?'

'இல்லையில்லை.'

'உங்களுக்கு கிளாஸ் இருக்கப்போறது?'

'இல்லை. இன்னும் ஒரு மணி நேரம் இருக்கு.'

4
சம்பத்

டாக்டரைப் பார்க்க மைசூர் கிளம்பிட்டேன். 'நான்-ஸ்டாப்' பஸ் இருபது நிமிஷத்துக்கு ஒரு விசை பறக்கிறது. பைசாவும் ஜாஸ்தி இல்லை. சாயங்காலம் ஆறரைக்குப் போய்ச் சேர்ந்தேன். ஆட்டோ போட்டுக்கிட்டு, சுத்தியடிச்சு அஞ்சு ரூபா கேட்டான். இந்தப் பொண்ணு வெளியே வந்தது. நூறு ரூபாயா இருக்கிறதாச் சொல்லி அவகிட்டயே நோட்டு வாங்கிக் கொடுத்துட்டேன். அவளை முதக்கா பார்த்தேன். எனக்கே திகைப்பாத்தான் இருந்தது. கண்ணாடி போட்டுண்டு சின்னதா மரப்பாச்சி மாதிரி இருந்தா. சோடா புட்டிக் கண்ணாடி, கண் ரெண்டு லென்ஸுக்குப் பின்னால் ஒரு மாதிரி ஒடுங்கி, தூங்கி வழிஞ்ச மாதிரி தெரியறது.

என்னமோ ருக்மணி கலர்ல புடைவை, தொள தொளன்னு ரவிக்கை. இதே மைசூர்ல இருக்கிற சுந்தரி என்னா மாதிரி இருப்பா சார்! உடம் புன்னா அதுன்னா! பொண் பார்த்துட்டு ஒரு நடை சுந்தரியைப் போய்ப் பார்க்கணும். 'நான் மைசூருக்கு மாத்தலாயி வரதே உனக்காகத் தாண்டி சண்டாளி'ன்னு சொல்லியாகணும். அட்ரஸ் இருக்கு!

அவ அப்பாவும் அம்மாவும் பூச்சி மாதிரி இருந்தா. அப்பாவைக் காலைத் தொட்டு நமஸ்காரம் பண்ணேன். சுஸ்தாயிட்டார். ப்ரொபஸர் என்ன வைச்ச கண் வாங்காமப் பார்க்கறா. அவளுக்கு பிரமிப்பாத்தான் இருக்கும். என்னடா இவ்வளவு ஷோக்கா இருக்கானேன்னு. சம்மதம் கொடுத்தாக்கூட நம்பமாட்டாங்க. அதுக்கு ஏதாவது பொய் சொல்லியாகணும். நான் வடக்கே போய் அலைஞ்சதை ஒரு மாதிரி சொன்னேன்.

அப்பா அம்மாவைப் பார்த்தேன். கிழங்கள் எவ்வளவு நாள் தாங்கும். ஒரே பொண்ணுன்னா பேஜாரு. இதான் கூட இருக்கும் போல. அதைப் பத்தி அப்புறம் யோசிக்கலாம். முதல்ல எனக்கு இந்த வீட்டில ஒண்ட இடம் கிடைக்கட்டும். என்னவோ ஸ்வீட்டு, காராபாத்துன்னு கொண்டு வெச்சது ப்ரொபஸர். ஜாதகம் பொருந்தியிருக்கிறதாச் சொன்னா. என் ஜாதகமே பொய்! நான் அவளை யூ.ஜி.ஸி. ஸ்கேலான்னு கேட்டதுக்கு ஆச்சரியப் பட்டா. 'சம்பத் ஜாக்கிரதை'ன்னு உள்ளுக்குள்ளே சொல்லிண் டேன். வரதுக்குள்ளே சம்பளம் பஞ்சப்படி எல்லாத்தையும் துப்புரவா விசாரிச்சாச்சு. கிட்டத்தட்ட, கழிச்சது போகவே ரெண்டாயிரத்து நூறு வரது. மைசூர்ல எனக்கு எதிர்பாராம கிடைச்ச தங்கச் சுரங்கம். 'சம்பத்து, உனக்கு விடிவு காலம் தாண்டா'ன்னு தோணித்து.

பிரகாஷ் தங்கை எனக்கு ஆப்பிளும் ஸீட்லஸ் திராட்சையும் கொடுத்திருந்தா. அதை நான் கிழங்களுக்கு வாங்கினதாச் சொல்லிக் கொடுத்தேன். அப்பாவுக்குப் பொக்கைப் பல்லெல் லாம் தெரியச் சிரிப்பு. பொண்ணைப் பாடச் சொன்னேன். பாட மாட்டாளாம். நான் என் ட்ரிக் ஒண்ணை அவுத்து விட்டேன். நான் பாடிக் காண்பிச்சேன்!

எனக்கு சுமாராப் பாட வரும். 'யாதவ நீ பா' பாடிக் காட்டினேன். அப்படியே பேமிலியே மோகிச்சுப் போய் ஆ...ன்னு என்னை, 'அவன்னா மாப்பிள்ளை'ன்னு வாயில ஈ பூர்றது தெரியாப் பார்த்துண்டு இருக்கா. பேசாம நேரே பெண்ணை எனக்கு இஷ்டம்னுட்டேன். என்னைப் பத்தி விசாரிச்சுக்கங்கன்னு கார்டைக் கொடுத்தேன். பழைய கார்டு இன்னும் கைவசம் வெச்சிண்டிருக்கேன்.

யாரைக் கேப்பாங்க? ஜகன்னாதனைக் கேப்பாங்க. வேறு யாரை யாவது கேட்டா? கொஞ்சம் அச்சமா இருந்தது. பார்க்கலாம். இவாளுக்கு முதல்ல நம்பிக்கை வேண்டியது முக்கியம்.

வெளியே வந்ததும் முதல் காரியமா சுந்தரியோட அட்ரஸ் விசாரிச்சுண்டு போனேன். விக்ராந்த் டயர் தாண்டி எதோ காலனிக்குப் போறேன். கொஞ்சம் பழசாத்தான் இருந்தது. சுந்தரியை எத்தனை நாளைக்கு அப்புறம் பார்க்கறேன். யோசிச்சுப் பார்க்கறப்பவே ரத்தம் சூடாறது.

சுந்தரிக்குக் கல்யாணம் ஆயி அவ புருஷன் எங்கேயோ மாத்த லாயிப் போயிருக்கான். அவன் அங்க, இவ இங்கன்னு ரெண்டு குடும்பம் நடந்தாறது. எதுக்குத்தான் அவனைக் கல்யாணம் பண்ணிண்டாளோ, சரியான நோஞ்சான். இப்பப் பார்த்தேனே ராஜேஸ்வரி! அவளுக்கு சரியான ஜோடி!

வாழ்க்கைல அதான் சார் சோகம். எல்லா ஜோடிப் பொருத்தத் திலயும் எங்கேயோ கடவுள் அவுட்டாக்கிடறாரு. அதைத் திருத்த நாம் முற்படறதைவிட விதிப்படி ஜோடிப் பொருத்தத்தை ஒப்புத்துண்டு அங்கங்க அட்ஜஸ்ட் பண்ணிக் கிட்டா எல்லாரும் சந்தோஷமா இருக்கலாம். அதான் என் பிரின்ஸிபிள்.

சுந்தரி என்னதான சொல்றா பார்த்துருவமேன்னு அவ வீட்டை விசாரிச்சுண்டு போய் மணியை அழுத்தறேன். என் இதயம் படபடக்கிறது. கதவைத் திறந்தது சுந்தரியில்லை, கிழவி.

‘இங்க ராமானுஜம்னு...’ சுந்தரியைத் தேடிண்டு வந்தேன்னு சொன்னா பல்லைப் பேத்துருவா.

‘ஆமா அவர் ஊர்ல இல்லையே, பௌகாம்ல இருங்காரு’ங்கற கன்னடத்துல.

‘ஓ அப்படியா. சரி, வந்தா அவரைத் தேடிட்டு வந்ததாச் சொல்லுங்க, எப்ப வருவாரு?’

‘அப்பாவின் போது.’ அப்பான்னா பண்டிகை.

‘நீங்க அவர் அம்மாவா?’

‘இல்லையப்பா!’

அப்பாடா! எங்கயாவது மாமியார்க் கிழமா இருந்து தொலைக்கப் போறது. என் கண் உள்ள உள்ள நாடறது.

'யாரு அஜ்னீ'ன்னு கையைத் துடைச்சுண்டு சுந்தரி வரா.

'யாரோ உங்க எஜமானரைப் பார்க்க வந்திருக்காங்க.'

'யாரு நீங்க?'

'சுந்தரி முதல் தடவையா என்னைப் பார்க்கறா. அப்படியே நின்னுட்டா!'

5
ராஜி

எனக்கு காண்டீனின் அசுத்தம் கொஞ்சம் கவலையாக இருந்தது.

இவரை நகரத்தில் ஒரு நல்ல ஹோட்டலுக்கு அழைத்துச் சென்றிருக்கலாம்.

மேசைமேல் இருந்த ஈக்களை விரட்டினேன். காப்பி வாங்கிக்கொண்டு வந்து உட்கார்ந்தோம். சம்பத் என்னையே கண் கொட்டாமல் பார்த்தார். 'நேத்தைக்கு நான் பேசினதில தப்பா ஏதாவது இருந்தா என்னை மன்னிச்சுடுங்க' என்றார்.

'அப்படி ஒண்ணும் இல்லையே!'

'எனக்கு எதையும் சுத்தி வளைச்சு சொல்லத் தெரியாது.'

'எனக்கும் அப்படித்தான்' என்றேன்.

'அப்ப நேரக் கேட்டுர்றேன். உங்களுக்கு என்னைப் பிடிச்சிருக்கா?'

'நம்ம கல்யாணங்களில் இது முக்கியமில்லைன்னு நினைக்கிறேன்.'

'பின்ன எது முக்கியம்?'

‘உங்களுக்கு என்னைப் பிடிச்சிருங்காங்கறதுதான்.’

‘அதான் நேத்தைக்கே சொல்லிட்டேனே!’

‘அதான் எங்களால நம்ப முடியலை.’

‘ஏன்?’

‘தெரியாத மாதிரி கேக்காதீங்க!’

‘நிசம்மாத் தெரியலை.’

‘யு ஆர் டூ ஹாண்ட்ஸம்!’

‘ஓ! அப்படியா விஷயம்! இதைப் பத்தி நான் யோசிக்கவே இல்லை. சே, இப்படி ஒரு ஆங்கிள் இருக்கா? புரியறது, புரியறது!’

‘சிகரெட் ஏதாவது பிடிப்பீங்களா? வாங்கி வரச் சொல்லட்டுமா?’

‘சேச்சே. அதெல்லாம் பழக்கமில்லை. சிகரெட், குடி எதுவும் கிடையாது. நீங்க தீர விசாரிச்சுப் பாருங்க.’

‘சேச்சே! அதுக்கு நான் சொல்லலை’ என்றேன் வெட்கப்பட்டு. ‘நான் உங்களை ஸ்பை பண்றதா நினைச்சுக்கக் கூடாது.’

‘இல்லை, இல்லை. என் ஃப்ரெண்டு ஒருத்தன் கல்யாணம் பண்ணிக்கிட்டான். அவங்கப்பா வரதட்சிணை வேண்டான்னுட்டாரு. அந்த விஷயத்திலே கல்யாணம் நின்னுபோக இருந்தது! ஏன்னா, வரதட்சிணை வாங்கறது நார்மல். வாங்காதது அப்நார்மல், அதனால பையனுக்கு ஏதாவது குறை நிச்சயம் இருந்துதான் ஆகணும், மறைச்சு வைக்கப் பார்க்கறாங்கன் னுட்டு. எனக்கு உங்க எண்ணங்கள் புரியுது. என்னடா, நீங்க சொல்றபடி இத்தனை ஹாண்ட்ஸமா இருக்கான், வரான், பாக்கறான். சம்மதங்கறான். என்னவோ உறுத்துது! வேற ஏதாவது உள்ளுக்குள் இருந்தாகணும். நீங்க சந்தேகப்படறது நியாயம்தான். மிஸ் ராஜேஸ்வரி, நீங்க நிறையப் படிச்சவங்க. என் கேள்விக்குப் பதில் சொல்லுங்க பார்க்கலாம். அழகுன்னா என்ன?

‘அதை டிஃபைன் பண்றது ரொம்பக் கஷ்டம்.’

‘என் கண்ணுக்கு நீங்க அழகா இருக்கலாம் இல்லையா?’

‘ஐ காண்ட் இமாஜின் தட்.’

‘உண்மைதான். என்னோட கண்கள் உங்களுக்கு இல்லை. நான் வளர்ந்த விதத்தில் நீங்க வளர்ந்ததில்லை. என்னுடைய பின்னணி உங்களுக்குத் தெரியாது. நீங்க சொல்ற மாதிரி பார்க்க அழகா இருக்கிறது ஒரு தற்செயலான நிகழ்ச்சின்னுதான் சொல்லணும். என்னவோ அப்படிப் பிறந்துட்டேன். நான் கல்யாணம் பண்ணிக் கிறதாவே இல்லை. எனக்கு முப்பத்திரண்டு வயசு. சின்ன வயசில திருப்பராய்த்துறை ஸ்கூல்ல சேர்த்துவிட்டார் எங்கப்பா. அப்புறம் திருச்சில நேஷனல் காலேஜ்ல படிச்சேன். எனக்கு ஆன்மிக விஷயங்கள்ல ஈடுபாடு ஏற்பட்டுடுத்து. நேஷனல் காலேஜ்ல பாதிப் படிப்பை விட்டுட்டு சோஷல் சர்வீஸுக்குக் கிளம்பினேன். நிம்மதி இல்லாம, எதை நான் தேடறனேன்னே தெரியாம ரெஸ்ட்லஸ்ஸா இருந்தேன். அதுக்கப்புறம் படிப்பை முடிக்கணும்னு சொன்னேன் இல்லை! ஒன்லி சர்வைவிங் சன். எனக்கு அண்ணா ஒருத்தன் இருந்தான். என் கண் முன்னாலேயே காவேரியில போயிட்டான். அந்தச் சம்பவம் என்னை ரொம்பப் பாடாப் படுத்திச்சு. சின்மயா மிஷன், தயானந்த சரஸ்வதி, சாயி பாபா, ராமகிருஷ்ண மடம்... ரொம்ப அலைஞ்சேன். இப்படி மூணு நாலு வருஷம். அப்புறம் உங்களுக்குக் கொஞ்சம் விநோதமா இருக்கலாம். மனுசங்களோட உள் முகம்னு ஒண்ணு இருக்கு. எல்லோருக்கும் இருக்கு. அதை என்னால பார்க்க முடிஞ்சுது. அப்படிப் பார்த்தப்ப எனக்கு பெரும்பாலான மனுஷர்கள் குறைபட்டாப்பலதான் தெரிஞ்சாங்க. ஞானிகள், சுவாமிகள், முற்றும் துறந்தவர்கள் எல்லோருமே கொஞ்சம் கூர்ந்து பார்க்கறப்ப ஒரு விதத்தில் விகாரப்பட்டுத்தான் இருக் காங்க. முகங்களைப் பார்க்கறப்பவே எனக்கு சுலபமாக தாகங்கள், ஏக்கங்கள், குறைகள் எல்லாம் புரிஞ்சுருது. பிஸியோனாமி தெரியும் எனக்கு. எங்கப்பாதான் அப்பப்ப கல்யாணத்தை ஞாபகப்படுத்திக்கிட்டு இருப்பாரு. ‘நீ தேடறதுங் கறது ஒரு லைஃப் டைம் சமாசாரம். தேடி ஒண்ணும் கண்டு பிடிக்க முடியாது. ஒரே மகன்கறதினால எங்க ஆசையை நிறை வேத்தி வெக்கறதுக்கும் உனக்கு ஒரு கடமை இருக்கு. நீ யாரைக் கல்யாணம் செய்துக்கறதா சொல்றியோ அவளையே கல்யாணம் பண்ணி வெக்கறோம். நீ சரின்னு சொன்னாப் போதும்’னாங்க.

இந்த வருஷம்தான் சரின்னு சொல்லியிருக்கேன். உங்களைப் பார்த்ததும் எனக்குத் தெரிஞ்சு போச்சு.'

'என்ன தெரிஞ்சு போச்சு?'

'உங்க உள் முகம்.'

'அதில் என்ன பார்த்திங்க?'

'என்ன பார்த்தேன்கிறதை உங்க சம்மதம் தெரிஞ்சப்புறம் சொல்றேன். இப்ப சொல்ல மாட்டேன். உங்களைச் சந்திச்சு மொத்தம் எத்தனை மணி நேரம் பேசியிருப்பேன்? ஒரு மணி நேரம் இல்லையா? அதுக்குள்ள உங்களைப் பத்தி உங்க வெளித் தோற்றத்தில இருந்து நான் கிரகிச்ச விஷயங்களைச் சொன்னா ஆச்சரியப்படுவீங்க. தின் ஃபிகர், கொஞ்சம் இன்டலக்சுவல் டைப். தின் அண்ட் ஷார்ட்டா இருக்கிங்க. கொஞ்சம் கூச்ச சுபாவம் உள்ளவங்க, நீங்க. உங்க முகம் சீரா ப்ரபோர்ஷனா இருக்கு. ஸ்மூத்தா இருக்கு. வாழ்க்கையில எப்பவும் குட் டெம்பர்டுன்னு அர்த்தம். வாழ்க்கைல நல்ல விஷயங்கள் எல்லாம் பிடிக்கும் உங்களுக்கு. சோஷல் சார்ம் இருக்கும். சருமம் ஸாஃப்ட்டா இருக்கிறதால கொஞ்சம் சைல்டிஷா இருப்பிங்க. சில வேளைல குழந்தை சுபாவம்னு சொல்லலாம். நெத்தி சமனா பட்டையா இருக்குது. தாராள மனசு, நல்ல மனசு, புத்திசாலித் தனம் எல்லாம் காட்டறது. குட் கம்பானியன்னு சொல்லலாம். தலைமயிர் ரொம்ப சன்னமா, ஒழுங்கா இருக்கறது ஒழுங்கு முறையைக் குறிக்கிறது. எல்லாம் நீட்டா இருக்கணும் உங்க ளுக்கு... சின்னக் கண்கள். புத்திசாலித்தனத்தையும் கொஞ்சம் பொறாமையையும் காட்டறது. புருவம் ஒண்ணு சேர்றது கொஞ்சம் ஸ்ட்ராங் வில், பிடிவாதத்தைக் காட்டறது. மூக்கு பாத்திங்களா, அது நுனியில ரவுண்டா வளைஞ்சிருக்கு பாருங்க. ரொம்ப ப்ராக்டிக்கல்னு அர்த்தம். உதடுகள் கொஞ்சம் உங்க முகத்துக்குப் பெரிசா இருக்கிறது, மன்னிச்சுக்கங்க, கொஞ்சம் சென்ஷுவல்னு காட்டறது. காது தலையோட ஒட்டிக்கிட்டாப்ல இருக் கிறது, நீங்க ஒரு ஆதர்சவாதிங்கிறதைக் காண்பிக்கிறது...'

நான் சுவாரஸ்யமாகக் கவனித்துக்கொண்டிருக்க 'உங்க கையைப் பார்க்கலாமா?' என்றார்.

நான் அங்கும் இங்கும் பார்த்தேன். 'வேண்டாம் வெட்கப் படறீங்க. நேத்தைக்கு அகஸ்மாத்தா கவனிச்சபோது, உங்க கைல

ஹெட் லைனும் ஹார்ட் லைனும் மீட் பண்ணலைன்னு ஞாபகம். பரவாயில்லை. அப்புறம் சாவகாசமாப் பாத்துக்கலாம். நான் சரியா பதினைஞ்சு நாள் உங்க பதிலுக்காகக் காத்திருப்பேன். வரட்டுமா? தாங்க்ஸ் ஃபார் தி காபி. சுமாராத்தான் இருந்தாலும் உங்ககூட சாப்பிடறது எனக்கு சந்தோஷமாகவே இருந்தது.'
சட்டென்று எழுந்து சென்றார் சம்பத்.

5
சம்பத்

'ராமானுஜத்தைப் பார்க்க வந்தேன். கொஞ்சம் நீரு கிடைக்குமா?' என்று கிழவியைப் பார்த்துச் சொல்ல கிழவி, 'சுந்தரி, காபி போடட்டுமா?' என்று கேட்டுக்கிட்டே உள்ளே போயிடறா.

'அய்யோ!' என்கிறா சுந்தரி. 'எதுக்கு வந்தே?'

'சௌக்கியம் விசாரிக்கத்தான். எப்படி இருக்கே சுந்தரி?'

'ஊருக்குப் போயிடுவ இல்லை?'

'நாளைக்குப் போயிடுவேன். பயப்படாத, ஒண்ணும் செய்துர மாட்டேன். என்னமோ பாம்பைக் கண்டாப்பல, திகில் பிடிச்சாப்பல இருக்கிற! கிழவி யாரு?'

'சமையலுக்கு ஹெல்ப்பு!'

'அப்பாடா! உறவு கிறவு எதும் இல்லையே? சுந்தரி என்னைத் தப்பா எண்ணிக்காத! எனக்குக் கல்யாணம் ஆகப் போறது. இங்கதான், மைசூர்ல தான் பொண்ணு!'

சுந்தரிக்குச் சட்டென்று ஆறுதல் கிடைத்தாற் போல், 'அப்படியா!' என்றாள்.

நெத்திச் சுருக்கமெல்லாம் கான்ஸலாயிடுத்து. முதல் தடவையா சிரிச்சா.

'நாம் நினைக்கிறபடி வாழ்க்கை அமையறதில்லை, இல்லையா, சுந்தரி?'

'பொண்ணு எந்த எடம், சொல்லு சம்பத்!'

'இங்க யூனிவர்ஸிட்டியில ப்ரொபஸர். நல்ல சம்பளம்!'

'அப்படியா, ரொம்ப சந்தோஷம்!'

'நீ மாறவே இல்லை!'

சுந்தரி மாறியிருந்தா. இன்னும் கொஞ்சம் ஷோக்காயிருக்கா. அவள்தான்! அவ ஏன் புடைவைத் தலைப்பை இழுத்து மூடிண்டா? கிழம் தண்ணி கொண்டுவந்து கொடுத்தது.

'காப்பி பண்ணியிருக்கீங்களா? எதுக்கு சிரமம்?'னேன்!

'தோ ஒந்து நிமிஷான்னு!' மறுபடி உள்ளே போச்சு.

'தமிழ் தெரியுமா கிழத்துக்கு?'

'சுமாராத் தெரியும்.'

வர்றப்ப வாங்கிண்டு வந்த மைசூர் மல்லியை எடுத்துக் கொடுத்தேன்.

வாசனையா இருக்கும். வெச்சுக்கோ!'

'எப்பக் கல்யாணம்?'

'தேதி குறிக்கலை. இப்பதான் சம்மதம் சொல்லிட்டு வந்திருக்கேன்.'

சுந்தரியை முழுசாப் பார்த்தேன். இன்னா பாடி தெரியுமா, என்னமோ தேவதச்சன் ஒருத்தன் பொருத்தமாச் செஞ்ச மாதிரி. இந்த மாதிரி அமைப்பை நான் அதுவரைக்கும் பார்த்ததில்லை. எத்தனையோ குட்டிங்களைப் பார்த்திருக்கேன். இந்த மாதிரி சான்ஸே இல்லை. இதைப் போயி, அந்த ராமாஞ்சுவோ என்னவோ, நோஞ்சான் அவன் எப்படிச் சமாளிப்பான்? அநியாயம்மா!

சுந்தரியை நான் என்ன பிரட்டுப் பிரட்டிருக்கேன்! இப்பவே எல்லாத் தளைகளையும் உடைப்பில் போட்டுட்டு அப்படியே அவளைக் கட்டியணைச்சு முத்தம் கொடுக்கறப்ப இரண்டு பெரிய உதடுகளையும் சாப்பிடணும் போல ஒரு வெறி வந்தது.

'சம்பத் பொறு, அதுக்கு வேளை வரணும். சமாசாரம் ரொம்ப சிக்கலானது. இது கல்யாணமான கேசு. வளைச்சுப் பிடிக்க, ரொம்ப வேலைப்பாடுகள் தேவை. பொறுமை தேவை.'

சுந்தரி என்னைப் பார்க்கத் தயங்கலை. கல்யாணம் ஆகப்போறது தெரிஞ்சப்பறம் கொஞ்சம் நிமிர்ந்து பார்க்கறா பாரு. அதான் இன்றைய தேதிக்கு சாதனை. இப்பவே சொல்லக்கூடாது. 'இதப் பாரு! நான் இந்த மைசூர்ல எதுக்கு கல்யாணம் கட்டிக்க ஒப்புத்துக்கறேன் தெரியுமா? சுந்தரி, உனக்காக'ன்னு சொல்லக் கூடாது. இப்பவே கலவரத்தோடு பார்க்கறா. கண்ணா அது?

மை எழுதி என்னமோ மான்குட்டிக்கு இருக்காப்பல. நல்ல மத மதன்னு. சுந்தரி சின்னவளும் இல்லை, வயசானவளும் இல்லை.

காப்பி வந்துடுத்து. அதைச் சாப்டுட்டு 'ராமாஞ்சு வந்தா சொல் லுங்க; கல்யாணத்துக்கு வாங்க'ன்னு சொல்லிட்டு, 'மறுபடி வரேன்'னு சொல்லிவிட்டுப் போனேன். ராமாஞ்சுவை எனக்கு நேரடியாகத் தெரியாது. எல்லாம் விசாரிச்சுத் தெரிஞ்சதுதான். கல்யாணத்தில் பார்த்தது. அதோட சரி. கல்யாணத்தின்போதே கலாட்டா பண்ணியிருக்கலாம். மனசு கேக்கலை.

சுந்தரியைப் பார்த்தாச்சு. பாத்ததிலேயே கொஞ்சம் சாபல்யம் கிடைச்சுடுத்து. இனிமே என்ன? சுந்தரியைக் கரையான் மாதிரி அரிக்க வேண்டியதுதான். என்னைக்காவது ஒருநாள் இதே சுந்தரியை - எல்லாம் வேளை வரட்டும் பார்த்துக்கலாம். ஆனா ஒருநாள் இவளை நான் ஆசை தீர அடையப் போறது என்னவோ நிஜம். சம்பத்தால முடியாதுன்னு ஒண்ணு கிடையாது. ஒண்ணை நினைச்சா அதை அடைஞ்சே தீரணும். இந்த கேசை சின்ன வயசில இருந்தே நினைச்சுக்கிட்டு இருக்கேன். அடையாமப் போவனா என்ன?

பொறு சம்பத், பெறு.

6
ராஜி

மத்தியானம் முழுவதும் கிளாஸில் கவனம் இல்லை. லெக்சர் எடுக்கும்போது தடுமாறவே மாட்டேன். இன்று பல இடங்களில் தடுமாற்றம் ஏற்பட்டது. ஏதோ ஒரு பெயருக்குப் பதில் தப்பாக சம்பத் என்று சொல்லிவிட்டதாக ஞாபகம். கண்ணாடியில் பார்த்தபோது என் கன்னங்கள் அனாவசியத்துக்குச் சிவந்திருந்தன. சம்பத் குறிப்பிட்ட பிஸியோனாமி முறை வருணனை எனக்கு எவ்வளவு தூரம் பொருந்தியிருந்தது என்பது ஆச்சரியமாகவே இருந்தது.

சம்பத்தின் குரலில் கொஞ்சம் மகுடி இருந்ததையும் குறிப்பாக உணர்ந்தேன். எனக்கு சம்பத் கணவராக வாய்த்தால் நாட்கள் முழுவதையும் இவரையே பார்த்துக்கொண்டு, அவர் பேசுவதையே கேட்டுக்கொண்டு பொழுது போக்கி விடலாம் என்று தோன்றியது. அந்தக் குரலில் இருந்த ரீங்காரத்தை எழுத்தில் சொல்ல முடியாது. பொதுவாகவே ஆண் குரல்கள் பெண்களுக்குப் பிடித்திருக்கும் என்று சொல்வார்கள். சம்பத்தின் குரலில் ஒரு விதமான - ஆம், போதை இருந்தது. ஆளைப் பார்க்காமல் பக்கத்து அறையில் உட்கார்ந்துகொண்டு கேட்டுக் கொண்டிருந்

தாலே போதும். இந்த ஆள் அழகான ஆசாமி என்று சொல்லி விடுவீர்கள். சிலருக்குத்தான் குரலும் தோற்றமும் இவ்வளவு பொருத்தமாக வாய்க்கும். சம்பத் போய்விட்டாலும் அவர் ஏற்படுத்திய சலனம் எனக்குள் ஓய நாலு நாட்கள் ஆயின. அப்பா இதற்குள் ஜெகன்னாதனுக்கு மறுபடி ஒரு கடிதம் எழுதிப் போட்டார். சென்னையில் மறுபடி அவருடன் சர்வீஸ் பார்த்து விட்டு ரிடையர் ஆன சினேகிதரான சுந்தரேசனுக்குக் கடிதம் எழுதி விசாரிக்கச் சொன்னார்.

எனக்கு எல்லாமே கொஞ்சம் தற்செயலாகவும் செயற்கையாக வும் இருந்தது. காலேஜில் இதைப் பற்றி யாருக்கும் சொல்ல வில்லை. தீர்மானமாகத் தெரியட்டும் என்று விட்டுவிட்டேன்.

ராஜாமணிதான் எனக்குள் புதிதாகப் பிறந்த உற்சாகத்தைச் சந்தேகக் கண்ணோடு பார்த்துக்கொண்டிருந்தார். 'இந்த வயசில் உனக்கு கல்யாணமா?' என்பதைவிட, 'இத்தனை அழகான மாப்பிள்ளையா?' என்கிற கேள்விக்குத்தான் பயந்தேன். சுந்தரேசனிடமிருந்து வந்த கடிதம் எனக்கு உற்சாகத்தைத் தந்தது. 'பையன் சின்ன வயதில் ஆத்மிக விஷயங்களில் ஈடு பட்டிருந்தால்தான் கல்யாணம் தாமதமாகிவிட்டதாம். ரொம்பத் தங்கமான பையன். ஒருவிதமான கெட்ட பழக்கமும் கிடையாது. அப்பாவும் அம்மாவும் ரொம்ப சாத்விகமானவர்கள். தமையன் ஒருத்தன் சின்ன வயசில் ஒரு விபத்தில் இறந்து போய்விட்டதால் மிஞ்சியிருக்கும் சம்பத்தின் வாக்குதான் தெய்வ வாக்கு. அப்பா அம்மாவுக்கு அடங்கிய பிள்ளைதான். ஆனால், பல வருஷங் களாகக் கல்யாணம் வேண்டாம் என்று பிடிவாதம் பிடித்தது மட்டும் வாஸ்தவம்தான். ஜாதகம் பொருந்தியிருந்தால் தாராள மாக ப்ரொஸீட் பண்ணலாம்.'

ஜெகன்னாதன்தான் முதலில் இந்த இடத்தை சிபாரிசு பண்ணியது, அவர் சிலாகித்து எழுதியிருந்ததில் ஆச்சரியமில்லைதான். 'சம்பத் ரொம்பத் தங்கமான பையன். அவன் கன்ஸல்டன்ஸியில் மாதத்துக்கு ஆயிரத்து ஐந்நூறுக்குக் குறைவில்லாமல் சம்பாதிக் கிறான். ராஜேஸ்வரியின் சம்பளத்தையும் ஆயிரத்து ஐந்நூறு இருக்கும் என்று அவர்களிடம் சொல்லியிருக்கிறேன். சரிதானே...'

'குறைச்சே சொல்லியிருக்கான் ஜகன்னாதன்.'

'ரெண்டு பேர்ல ஒருத்தர் வேலையை விடவேண்டும் போல இருக்குமே என்னவோ!' என்றாள் அம்மா.

'யாராவது ஒருத்தர் மாத்திண்டாப் போறது. ராஜி உனக்குப் பட்டணத்துக்கு மாத்தல் கிடைக்குமோ?'

'மைசூர் யுனிவர்ஸிட்டியை மெட்ராசுக்கு மாத்தினாத்தான் உண்டு.'

'மாப்பிள்ளையை வேணாக் கேட்டுப் பார்க்கலாம். அவர் இங்க மாத்திக்க முடியுமான்னு.'

'என்னவோ கல்யாணமே நிச்சயம் ஆயிட்ட மாதிரின்னா பேசறேள்!' என்றாள் அம்மா.

'நாமன்னா எழுதணும். பதினஞ்சு நாள் கெடு கொடுத்துட்டுப் போயிருக்கிறாரே' என்றேன்.

'நான் எழுதிப் போட்டுட்டேன்' - அப்பா என்னைத் தயக்கத்துடன் பார்த்தார்.

'ஏம்பா, என்னைக் கேக்காம எப்படி எழுதினீங்க?'

'ஜகன்னாதன், சுந்தரேசன் கடுதாசியைப் பார்த்ததும் எழுதிப் போட்டேன்.'

'என்னவோ எனக்கு...'

'என்ன?'

'ஒண்ணுமில்லை.'

ஒரு வாரத்தில் சம்பத்திடமிருந்து கடிதம் வந்தது. அப்பாவுக்கு அனேக நமஸ்காரங்கள் சொல்லிட்டு அவருடைய பெற்றோர்கள் மைசூருக்கு ஞாயிற்றுக் கிழமைக்கு மேல் வந்து விவரங்களைப் பற்றிப் பேசுவதாக எழுதியிருந்தார்.

'மேல் விவரம்னா வரதட்சிணை கேட்பாளோ?'

'சேச்சே. அதெல்லாம் தனக்குப் பிடிக்காதுன்னு மாப்பிள்ளை அன்னிக்கே சொல்லிட்டாரே!'

'அதானே, பின்னே என்ன மேல்விவரம்? உண்டு இல்லைன்னு சரியாச் சொல்லாம?'

'அவா வரட்டும். ஞாயிற்றுக் கிழமை தானாத் தெரிஞ்சுபோறது.'

புதன் கிழமையே கண்ணாடிக்கு வேறு பிரேம் ஆர்டர் கொடுத்து விட்டு வந்தேன். அந்தக் கடையில் செலக்ஷன் பண்ண ஒரு மணி நேரம் எடுத்துக்கொண்டது, எனக்கு பிறகு வெட்கமாக இருந்தது. தேன் கலர், கறுப்புக் கலர், பட்டை பிரேம், தின் பிரேம் என்று எதை எதையோ போட்டுப் போட்டு முப்பாட்டன் கண்ணாடியில் என்னையே பார்த்துக்கொண்டு... பாழாய்ப்போன ராஜாமணி அந்தச் சமயத்திலா வந்து தொலைக்க வேண்டும்!

'என்ன, கண்ணாடி பவர் ஜாஸ்தியா இருக்கா?'

'இல்லை சார், பிரேம் மாத்திக்கறேன்.'

'ஏன், பழைய பிரேமுக்கு என்ன?'

'அது வந்து ஒரு மாதிரி கனமா இருந்தது.'

'இதையா போட்டுக்கப் போறீங்க? இதையா செலக்ட் பண்ணி யிருக்கீங்க?'

'ஆமாம், ஏன்?'

'உங்களுக்குப் பழசே தேவலாம்கறது என் அபிப்பிராயம்' என்று சொல்லிட்டுச் சென்றார். எனக்கு அவர் மேல் கெட்ட கோபம் வந்தது. ஸ்டாஃப் மீட்டிங்கில் அடுத்த தடவை அவரை ஆதரிக்கக் கூடாது என்று தீர்மானித்து விட்டேன்.

கடையில், மழுப்பப்பட்ட பிளாஸ்டர் முகங்களில் செயற்கைக் கூந்தல்கள் போர்த்தியிருப்பதைக் கொஞ்சம் ஆவலாகப் பார்த் தேன். வாங்கிக்கொண்டுவிடலாம் என்றால் என் தலையில் வைத்தால் அது எப்படி இருக்குமோ என்று பயமாக இருந்தது. மேலும் எதற்கு இந்த அலங்காரம், இல்லாததை இருக்கிறதாகச் சொல்வதில் என்ன லாபம் என்று வந்துவிட்டேன். இருந்தும் அந்த நாட்களில் நான் என் வெளித் தோற்றத்துக்குக் கொஞ்சம் கவலைப்பட்டது என்னவோ நிஜம். புடைவைக்குப் பொருத்த மாக பிளவுஸ், என் உயரத்துக்கு ஏற்ற வண்ணங்கள் என்றெல் லாம் ஏதோ ஃபெமினாத்தனமாக யோசித்துக் கொண்டிருந்தேன். சுருங்கச் சொன்னால் என் வயசுக்கு ஏற்ப அந்த நாட்களில் நடந்துகொள்ளவில்லை.

ஞாயிற்றுக்கிழமை அம்மா என்னை வலுக்கட்டாயமாகப் பட்டுப்புடைவை கட்டிக்கொள்ளச் சொன்னாள். சவுரி எல்லாம்

வைத்து அழுந்த வாரி நிறைய மல்லிகைப்பூ சூட்டினாள். பீரோவுக்குள்ளிருந்து இரண்டு நகைகளை என் கழுத்தில் மாட்டி நெற்றிக்கு நிதானமாகப் பொட்டு இட்டுக் கண்ணாடியில் பார்த்துக்கொண்ட போது, எனக்குக்கூட, 'அட!' என்று ஆச்சரியம் ஏற்பட்டது.

சம்பத்தின் அப்பாவும் அம்மாவும் ஞாயிற்றுக்கிழமை காலை பத்தரைக்கு வந்தார்கள். சம்பத்தின் அப்பா காடராக்ட் ஆப்பரேஷனால் இரண்டு கண்களிலும் கனமான கிளாஸ் போட்டிருந்தார். சற்றே அண்ணாந்து பார்த்தார். அவர் பற்கள் இந்த வயசிலும் வரிசையாக இருந்தன. டென்ச்சராக இருக்குமோ என்று சந்தேகப்பட வைத்தது. அம்மா அவருக்கு இளமையாக இருந்தாள். சின்னாளப்பட்டு உடுத்தி, கணவனை கைத்தாங்க லாக, 'பார்த்து... படி இருக்கு' என்று அழைத்து வந்தாள்.

6

சம்பத்

ராத்திரி தாஸபிரகாஷ்ல தங்கினேன். செகண்ட் ஷோ கன்னடப் படம் பார்த்தேன். ராஜ்குமார் படம். நல்ல பிள்ளை மாதிரி ஒரு க்வார்ட்டர் பாட்டில் பீட்டர் ஸ்காட்சை வெச்சுண்டு படுத்திட்டேன். மறுநாள் திரும்பி மெட்ராஸ் போறதுக்கு முன்னாடி இந்த ராஜேஸ்வரியை ஒரு தடவை பார்த்து விசாரிச்சுட்டுக் கொஞ்சம் ஐஸ் வெச்சுட்டுப் போகலாம்னு தோணித்து.

ஒரு ஜட்கா வண்டி புடிச்சு யூனிவர்ஸிடி பக்கம் போனேன். கட்டடம் எல்லாம் ஷோக்காத்தான் இருந்தது. ஏரிக்கரையோரம் படிக்கறது நல்ல அமைதியான இடம்தான். இங்கிருந்து நடந்து போயிண்டிருக்கப்பவே ராஜேஸ்வரியை அடையாளம் கண்டுண்டேன். பிச்சு மாதிரி கோகோ கலர்ல ஒரு புடைவை கட்டிண்டு தலையைத் தள்ளி வாரிண்டு போயிண்டிருந்தா.

வேகமா நடந்து கிட்ட போனேன். 'உங்களைப் பார்க்கத்தான் வந்தேன்'னேன். 'குதிரை வண்டில எதுக்கு வந்தே'ன்னு கேட்டா. அஞ்சு ரூபாயைத் திருப்பிக்கொடுத்தேன். 'கடன் கூடாது, அது என்

பிரின்ஸிப்பிள்'னேன். கேண்டீன் கூட்டிண்டு போய் காபி வாங்கிக் கொடுத்தா, பூனை மூத்திரம் மாதிரி ஒரு காபி.

'நேத்திக்கு நான் சொன்னதில வித்தியாசமா ஏதாவது இருந்தா மன்னிச்சுக்கங்க'ன்னு ரொம்ப ஸ்டைலா ஆரம்பிச்சேன். 'உங்களுக்கு என்னைப் பிடிச்சிருக்கா'ன்னேன். 'யூ ஆர் டூ ஹேண்ட்ஸம்'னுட்டா. எனக்குக் கொஞ்சம் தூக்கிவாரிப் போட்டுடுத்து. இந்த மாதிரி ஒரு ஆங்கிள் இருக்கு. வாஸ்தவந் தான். எதுக்குடா ஒரு அழகான ஆண்பிள்ளை இந்த மாதிரி ஒரு மடிசஞ்சியைக் கல்யாணம் பண்ணிக்கிறான்னு யாரும் கேப்பாரில்லை?

'என் கண்ணுக்கு நீங்க அழகு'ன்னு விட்டுப் பார்த்தேன். நம்பலை அவ. அப்புறம் பழைய ஆஸ்ரம சமாசாரத்தை அவுத்து விட்டேன். 'சாமியாராப் போறதா இருந்தேன். வாழ்க்கைல என் குறிக்கோள் வேற. எல்லா மனுஷங்களுக்கும் உள் முகம் இருக்கு.' பிஸியோனாமியைக் கொஞ்சம் காட்டினேன். அவ மூஞ்சியைப் பார்த்து இஷ்டத்துக்குப் பலன் சொன்னேன். ரேகை வேற பார்த்து ஏதோ சொல்லிவிட்டுக் கிளம்பிட்டேன். படு இம்ப்ரெஸ் ஆயிட்டா. அதிகம் விசாரிக்காம இருந்தாச் சரின்னு கிளம்பி வந்துட்டேன். அப்படியே உட்காந்தவாக்கிலேயே ஆன்னு பிரமிச்சுப் பார்த்துண்டு இருக்கா. அவளை ஜெயிச்சுட்டேன்னு நினைக்கிறேன்.

சுந்தரிதான் கொஞ்சம் கஷ்டப்படும். போறப்போ யூனிவர்ஸிடி யில் கொஞ்சம் சம்பளங்களைப் பத்தி விசாரிக்கலாமான்னு நினைச்சேன். இப்ப வேண்டாம், சமயம் வரட்டும்.

அதுக்கப்புறம் அவா ஜெகன்னாதனுக்குக் கடிதாசி எழுதி விசாரிச் சிருக்கா. ஜெகன்னாதன்தான் இந்த ஏற்பாட்டையே ஆரம்பிச்ச வர். அதனால் அவர் என்னைப்பத்தி நல்ல ரிப்போர்ட் கொடுத்து வார்ன்னு தெரியும். ஜெகன்னாதனுக்கு ஒரு சமயம் பண முடையா இருக்கறப்ப கடனுக்கு அரேஞ்சு பண்ணியிருக்கேன். அதனால அதைப் பத்திக் கவலையில்லை.

ஜெகன்னாதனை விட்டு இன்னொரு பட்சிகிட்டயும் அவா எழுதிக் கேட்டிருக்கா. யாரோ சுந்தரேசன்னு ஒருத்தர்கிட்ட எழுதி விசாரிச்சிருக்கா. என்னுடைய பழைய கம்பெனியில

விசாரிக்கப் பார்த்திருக்கார்! சேஷாத்திரிகிட்ட ஜெகன்னாதன் விலாசத்தைக் கொடுத்து அவர் கிட்ட மேல விவரம கேட்டுக்கச் சொல்லிட்டேன். இந்த சுந்தரேசனைத் தவிர வேற யாருக்கும் எழுதியிருக்க மாட்டான்னு ஹோப்பு.

அப்படி ஏதாவது சிக்கல் வந்தா பொய் இருக்கவே இருக்கு.

7

ராஜி

கதம்பப் பொட்டலமும் வெற்றிலை, பாக்கு, பழமும் வாங்கி வந்திருக்கிறார்கள். என்னைப் பார்த்ததும் சுவாதீனமாக, 'உள்ளிருந்து தட்டு கொண்டு வாம்மா' என்றாள். எனக்குக் கொஞ்சம் நெர்வஸாகத்தான் இருந்தது.

அப்பா இரண்டு பேரையும் நமஸ்காரம் பண்ணச் சொன்னார். எனக்கு நமஸ்காரம் பண்ணுவதே மறந்துபோய், ஏதோ பேருக்குச் செய்தேன். 'தீர்க்காயுசா இரும்மா' என்றார் அப்பா.

அம்மா கண்ணாடி மாட்டிக்கொண்டு என்னை அருகில் அழைத்துத் தடவிக் கொடுத்து, 'நிறைய வாசிச்சிருக்கிறயாமே, குழந்தை? நிறைய சம்பாதிக்கிறாயாமே?' என்று காது, கழுத்து நகை களை எல்லாம் தொட்டுப்பார்த்தாள். 'உட்காந் துக்கோ' என்று தரையில் பாய் போட்டிருந்ததில் தானும் உட்கார்ந்து கொண்டாள்.

சம்பத்தின் அப்பா 'பாத்ரூம் எங்கே?' என்று கேட்க அப்பா அழைத்துச் செல்ல, 'பத்து நிமிஷத்துக்கு ஒரு விசை சொட்டுச் சொட்டா பேஞ்சுண்டே இருப்பார். அது என்னமோ சொல்றாளே ப்ராஸ்... ப்ராஸ்...'

'ப்ராஸ்டேட்.'

'அதான். அதான். அதுக்கு ஏதோ ஆபரேசன் இருக்காமே!'

'இருக்கு மாமி.'

'இந்த ஊர்ல அதுக்கு வசதியிருக்கோ? நல்ல டாக்டர்லாம் இருக்காளா?'

'தாராளமா இருக்கா?'

'உம் பேர் என்ன சொன்னம்மா?'

'ராஜேஸ்வரி'

'நல்ல பேரு, எனக்கென்னவோ இந்த காலத்து லதா, கீதா எல்லாம் பிடிக்கிறதே இல்லை. உன்னைப் பார்த்தா இத்தனை படிப்புப் படிச்சிருக்கேன்னு யாராவது எங்கேயாவது சொல்ல முடியுமோ? எத்தனை பதவிசா... சம்பத் சொன்னான், உங்க கிட்ட எதுக்கு மறைச்சு வெக்கணும்? சம்பத் சொல்லிவிட்டான்; எனக்கு இஷ்டம்தான்னு. லௌகிக விஷயங்களை எல்லாம் பேசணும்னா நீங்களும் போய் ஒரு நடை பார்த்துட்டு வந்துருங் கோன்னு. இந்த வீடு சொந்த வீடா?'

'இல்லை மாமி, வாடகை.'

'குடக்கூலி என்ன கொடுக்கறேள்?'

'த்ரீ ஃபிப்ட்டி கொடுக்கறோம். ப்ளாட் ஒண்ணு வெச்சிருக் கோம். ராஜீ கல்யாணம் முடிஞ்சதும் கட்டிக்கலாம்னு தள்ளிப் போட்டிருக்கோம். உங்களுக்கு ஏதாவது இருக்கா மாமி?'

'ஒரு வீடு பெருகமணியில இருந்தது. பெருகமணி தெரியுமோ? திருச்சி ஜில்லா...'

'தெரியும் சொல்லுங்கோ.'

'அதை வித்து பட்டணத்தில் இவர் அண்ணாதான் வாங்கிக் கொடுக்கறதாச் சொல்லி ஏதோ செட்டில் ஆயிருக்கு. நிலபுலன் கள் எல்லாம் இருக்கு. எல்லாம் கோர்ட்டில ஸூட்டைப் போட்டு இழுபறியா இருக்கு. இவா அண்ணா தம்பிகளுக்குள்ள ஒத்துமை இல்லை. இவர்தான் கடைசியவர். எல்லாரும் தலைல முளகா

அறைக்கிறா. அவளுக்கென்ன, பொண்ணா இருக்குன்னு கெஞ்சிக் கெஞ்சியே ஏமாத்தறா. ஒண்ணும் சொல்லிக்கும்படியா இல்ல. கண் பார்வை வேற மங்கறது. எனக்கு ராத்திரியானா ஒரு அட்சரம் படிக்க முடியாது. இவருக்குப் பகல்லயே பசு மாடு தெரியாது. அதுக்குத்தான் குடும்பப் பாங்கா ஒரு பெண்ணைக் கல்யாணம் பண்ணிண்டா வயசான காலத்தில் எங்களை வெச்சுக் காப்பாத்தறதுக்கு வசதியா இருக்கும். இப்ப எங்களால உடம்பு முடியறது; அப்புறம்தான் ஒத்தாசை தேவைப்படும். அதனாலதாம்மா நான் பளிச்சுனு சொல்லிடறேன். எங்களுக்கு வரதட்சிணை ஏதும் வேண்டாம். உங்க பொண்ணுக்கு நீங்க என்ன போடறேளோ போட்டுக்கோங்கோ. அதை நான் வேண்டாம்னு சொல்லப்போறதில்லை. ஆனா கைல கேஷ், சூட்டுக்கு இவ்வளவு, கடியாரத்துக்கு, மோதரத்துக்குன்னு எதும் வேண்டாம். உங்களுக்காப் பண்ணணும்னு இஷ்டமிருந்து பண்ணினா அது வேற விஷயம். நாங்க இல்லாததைக் கொண்டா, கல்லாததைப் பாடுன்னு கேக்கப் போறதில்லை. அவன் கல்யாணம் பண்ணிக்க சம்மதிச்சதே எங்களுக்குப் பெரிசு. சின்ன வயசில இருந்தே சாமியாராப் போறேன், பதரிகாசிரமம் போகப்போறேன்னு லூட்டி அடிச்சிண்டிருந்தான். இந்த வருஷம்தான் மனசு மாறியிருக்கு. உங்க பொண்ணு ஒருத்தியைத் தான் பார்த்திருக்கான். பாத்த உடனே புடிச்சுப் போயிடுத்து. ப்ராப்தம்ங்கிறது, தெய்வ சங்கல்பம்ங்கறது அப்படின்னா, நம்மால, மனுஷாளாலே என்ன செய்ய முடியும். தை மாசம் உங்க சௌகரியப்படி கல்யாணம் வச்சுக்கோங்கோ. நாங்க கொடி திருமாங்கல்யம் பண்ணிப் போட்டுர்றோம். சுமாராக் கல்யாணம் பண்ணிக் கொடுத்துட்டாச் சரி. எங்களுக்கு அதிகம் மனுஷாள் கிடையாது. அதான் சொன்னேனே. கோர்ட்டுக்கு மேலயும், கீழ யும் இவாத்தில எல்லாரும் அலைஞ்சுண்டிருக்கா. அதனால...'

என்னைப் பார்த்தவாறே எதிராளிக்குப் பேச சந்தர்ப்பமே தராமல் அந்த அம்மா பேசிக்கொண்டே போனபோது என் மனது அலைந்தது. எனக்குக் கல்யாணமா? அதுவும் சம்பத்துடனா? அன்று பார்த்த அத்தனை அழகானவனுடனா? மாமி கொஞ்சம் ஜாஸ்தி பேசுவாள் போலத் தோன்றியது. என்ன இருந்தாலும், வெகுளி என்று தோன்றியது. சட்டென்று எல்லாவற்றையும் உடைத்துச் சொல்லிவிடுவாள் போல, 'எங்காத்தில இவருக்கு வாய்ஸே கிடையாது மாமி, எல்லாம் நான்தான். ஆனா சம்பத் ஏதாவது சொல்லிட்டா நாங்க ரெண்டு பேருமே அடங்கிப்

போயிருவோம். ஏண்டிம்மா, உனக்கு மெட்ராசுக்கு மாத்த லாகுமா?'

நான் 'ஆகாது' என்று சொல்வதற்குள் அம்மா, 'மாத்தலுக்குப் போட்டிருக்கு. வந்தாப் பார்த்துக்கலாம்' என்றாள். நான் அம்மாவை ஆச்சரியத்துடன் பார்க்க, அவள் கண்ணைக் காட்டினாள்.

'இந்த காலத்தில வேலையை விடணும்னு கட்டாயமில்லை. கை நிறையச் சம்பாதிக்கிறபோது எதுக்காக உத்தியோகத்தை விடணும்? அப்படி என்ன பணக்காராளா நாம? என்ன நான் சொல்றது?'

'வாஸ்தவம் மாமி.'

'உங்களுக்கும் ஒரே பொண்ணா?'

'ஆமாம்.'

'கனப் பொருத்தம். பிக்கல் பிடுங்கல் இல்லை. எல்லாரும் சேர்ந்து இருந்தாலும் ஆறு பேர்தான் மொத்தம். அவனுக்கு மைசூர்ல கிடைச்சா சரி, இல்லை உக்காந்துப் பெண்ணுக்கு மெட்ராஸ் மாத்தல் கிடைச்சாலும் சரி. இந்த வீடு மாடியும் கீழுமாவா?'

'இல்லை, மாடில ஒரே ஒரு ரூம் இருக்கு.'

எல்லாருமே அந்த மாமி பேசிக்கொண்டிருந்ததை ஆவலுடன் வேடிக்கைதான் பார்த்துக்கொண்டிருந்தோம்.

'என்ன, நானே பேசிண்டிருக்கேன், யாரும் எதும் சொல்லக் காணோமே!' என்றாள். 'அம்மாடி. ஒரு தம்ளர் தூத்தம் இருந்தாக் கொண்டுவா. நாக்கு வரள்றது' என்றாள். 'அப்படியே இந்தக் கதம்பத்தில நாலு விரக்கடை தலைல வெச்சுண்டு வா. சாமி படத்துக்கு முதல்ல போட்டுரு.'

சம்பத்துடைய அப்பாவுக்கும் அம்மாவுக்கும் எங்களைப் பிடித்துத்தான் போயிருக்கவேண்டும். ரொம்ப நேரம் தங்கிவிட்டு ராத்திரி எட்டரைக்குத்தான் சென்றார்கள். இரண்டு பேரையும் பஸ் நிலையம்வரை கொண்டுவிட்டேன். போகிற வழியில் அப்பா தனியாகக் கூப்பிட்டு, 'சம்பத்துக்கு உன்னைப் பிடிச்சுப் போச்சும்மா. மத்த விஷயங்கள் எல்லாம் ரெண்டாம் பட்சம்தான்.

அது என்னமோ உன்னைப் பாத்ததிலிருந்து மனசு மாறினாப் பல ஆயிடுத்து அவனுக்கு. எப்பப் பார்த்தாலும் உன்னைப் பத்தியே பேச்சுத்தான். முடிச்சுடுப்பான்னு க்ரீன் சிக்னல் கொடுத்துட்டான். எனக்கு ரொம்ப சந்தோஷம்மா. இங்கயே வசதியா இருந்தா, கல்யாணம் ஆன கையோட ஆபரேஷன் பண்ணிண்டுடலாம்னு பார்க்கறேன். ஆத்துக்கு ஒரு மாட்டுப் பொண்ணுன்னு வந்தப்புறந்தான் களையா இருக்கும்' என்றார்.

அவர்களுக்கு நிறைய வாழைப்பழம், திராட்சை, கதம்பம் எல்லாம் வாங்கிக்கொடுத்தேன். பஸ்ஸில் நல்ல இடமாகப் பார்த்து அனுப்பி வைத்தேன். திரும்பவும் வீட்டுக்கு நடந்துதான் சென்றேன்.

மைசூர் நகரமே அதி சுந்தரமாக இருந்தது. ஆட்டோ, குதிரை வண்டி, பஸ் இரைச்சல்கள் எல்லாம் எனக்கு உறுத்தவே இல்லை. கவிதை கலந்திருந்தாற்போல இருந்தது. சாலை ஓரத்தில் வளர்ந்திருந்த புன்னை மரத்திலிருந்து என் மேல் ஒரு மலர் உதிர்ந்தது. அந்த அழகான, தூய வெண்மையான மலரின் அல்லி போன்ற நான்கு இதழ்களை விரித்து முகர்ந்து பார்த்ததில் எனக்கு எதிர் காலத்தில் கிடைக்கப்போகும் ஆனந்தத்தின் சந்தடி தெரிந்து உடல் பரபரப்பாக இருந்தது.

'சம்பத், ஐ லவ் யூ!' என்று மனசுக்குள் சொல்லி வெட்கப்பட்டுக் கொண்டேன்.

7

சம்பத்

அப்பா கிட்டயும் அம்மா கிட்டயும் மைசூர் பொண்ணு பிடிச்சுப் போச்சுன்னு சொல்லிட் டேன். 'எதுக்கும் நீங்க ஒரு தடவை போய்ப் பார்த்துட்டு வந்துருங்கோ.'

'உனக்குப் புடிச்சதுன்னா சரிப்பா'ன்னா அம்மா.

'இல்லைம்மா. நீங்களும் போய்ப் பார்க்க வேண்டியது அவசியம். அவாளுக்கும் நம்ம குடும்பத்தைப் பத்தி ஒரு அபிப்பிராயம் வரணு மில்லை! நான் அவாளுக்குக் கடுதாசி எழுதிப் போட்டுர்றேன்'னேன். 'வரதட்சிணை ஏதும் கேக்காதே. இதுவரைக்கும் ஏன் கல்யாணம் பண்ணிக்கலைன்னு கேட்டாள்னா நான் வடக்கே போயிருந்ததைச் சொல்லிடு. அண்ணா செத்துப்போனப்புறம் எனக்குக் கல்யாணத்தில் வெறுப்பு மாதிரி, விரக்தி மாதிரி ஏற்பட்டு சாமியாராப் போக இருந்ததாச் சொல்லிவிடு. ரொம்பப் படிச்ச பொண்ணு. அதுக்கு அடக்க மாகத்தான் இருக்கு. நல்ல குடும்பம்.'

ரெண்டும் கிளம்பி மைசூர் போயிட்டு வந்தது. அவா ரொம்ப நல்லாப் பழகினாளாம். ரொம்ப நல்ல குடும்பமாம்.

'ஆனா!'

'ஆனா என்னம்மா?'

'பொண்ணுதான் செத்த உனக்கு ஏத்தபடி இல்லையேன்னு தோணித்துப்பா.'

'ஏம்மா?'

'கொஞ்சம் கச்சலா, கண்ணாடி போட்டுண்டு... நீ அந்தப் பொண்ணைத்தானே சொல்றே? காலேஜ்ல ப்ரொபஸர்?'

'ஏண்டீ. நன்னாத்தானே இருந்தது பொண்ணு?'

'உங்களுக்குப் பகல்ல பசு மாடு தெரியாது... சும்மா இருங்கோ!'

'அம்மா நான் வெளி அழகுங்கறதுக்கு அத்தனை மதிப்பு கொடுக்கறதில்லைம்மா. அந்தப் பொண்ணு படிச்சிருக்கு, அதனால ஒரு...'

'அதனாலயே ஒரு தேஜஸ் இருக்கு. பார்றி தெரியலை?'ன்னார் அப்பா.

'எனக்கென்னவோ பொண்ணு சாதாரணம்தாப்பா. ரொம்பப் பெரிய எடமாவும் தெரியலை. எதிர் ஜாமீனும் கூடாதுன்னுட்டே. எந்தக் காரணத்தைக் கொண்டு கல்யாணம் பண்ணிக்கறேன்னு சொல்றியோ, ஈஸ்வரனுக்குத்தாம்பா வெளிச்சம்.'

'அவன் கண்ணுக்கு அவ ரதியாட்டம் இருக்கா. பண்ணிண்டுட்டுப் போறான். உனக்கு என்னடி வந்தது? பண்ணிக்கறேன்னு சொல்றானே, அதுவே பெரிசில்லையா?'

'என்னவோ எனக்கு அவ்வளவு திருப்தியில்லதாம்பா சம்பத்து. எதுக்கும் இன்னொரு தடவை பார்த்துட்டு வந்துர்றியா?'

'அதெல்லாம் வேண்டாம்மா. நான் தீர்மானிச்சுட்டேன் இவளைத்தான் பண்ணிக்கறதுன்னு.'

'இப்ப உனக்கு மைசூருக்கு மாத்தலாகணும்னா கிடைக்குமா, அவளுக்கு என்னமோ மெட்ராஸுக்கு மாத்தல் கிடையாதாமே.'

'பார்க்கலாம். முதல்ல கல்யாணத்தை முடிக்கலாம்'னா அப்பா.

‘சிக்கல் நிறைய இருக்கு. லேசில குடித்தனம் வெக்கமுடியாது போல இருக்கு.’

‘இல்லைம்மா. எங்க ஆபீஸ் ஒண்ணு மைசூர்ல திறக்கப் போறா. டைரக்டர்கிட்டக் கேட்டாப் போட்டுத் தருவார்.’

‘அப்பாவும் அம்மாவும் ஜகன்னாதனும் நான் இன்னும் கன்ஸல் டன்ஸியில்தான் வேலை பார்க்கிறதா நினைச்சிண்டிருக்கா.

மெட்ராஸ்ல கொஞ்சம் கொஞ்சமா விவகாரங்களை எல்லாம் செட்டில் பண்ண ஆரம்பிச்சேன். புதுசா ஒரு ஸஃபாரி ஸூட் தெச்சுக்கலாம்னு ஜின்னா ஸன்ஸ் போயி துணி எடுத்து, அங்கேயே ஒரு நல்ல டெய்லராப் பார்த்து அளவும் கொடுத்துட்டு வந்தேன். துணிக் கடையில செக் எழுதித்தான் கொடுத்தேன். நிச்சயம் அது பவுன்ஸ் ஆகிவிடும்.

அதுக்குள்ள ராஜேஸ்வரிக்குக் கடுதாசி எழுதிக் கொஞ்சம் பணம் வாங்கிக்கணும்.

8
ராஜி

சம்பத்திடமிருந்து நான்கு நாட்களில் முதல் கடிதம் வந்தது. கையெழுத்து தெளிவாக வலது புறம் சாய்ந்து ஆண்மைத்தனமாக இருந்தது.

அன்புள்ள ராஜேஸ்வரி அவர்களுக்கு...

(அவர்களுக்கு!)

அப்பாவும் அம்மாவும் மைசூருக்குப் போய் வந்ததை இன்னும் கதை கதையாகப் பேசிக் கொண்டு இருக்கிறார்கள். உங்கள் குடும்பத்தை அவர்களுக்கு நிரம்பவும் பிடித்துப் போய்விட்டது என்பதும், பிரத்தியேகமாக உங்களையும் பிடித்துப் போய்விட்டது என்பதையும் தெரிய வந்தேன்.

எனக்கு மனசுக்குள் இனிப்பாக இருந்தது.

இந்தக் கடிதத்தில் 'நீங்கள்' என்று குறிப்பிடுவது உங்களுக்கு ஒருவாறு ஆச்சரியமாக இருக்கலாம்.

ஆண் உயர்ந்தவன், பெண் தாழ்ந்தவள் என்கிற எண்ணம் எனக்குக் கிடையாது. மேலும் கல்யாணம் ஆகிறவரையில் எனக்கு நீங்கள் 'நீங்கள்' தான்.

கடிதத்தை காலேஜ் கிளம்புவதற்குள் ஆறு தடவையாவது படித்திருப்பேன். அதை எடுத்து என் மார்பில் செருகிக் கொண்டேன். சம்பத்தை உடன் வைத்துக்கொள்வதுபோல உணர்ச்சி ஏற்பட்டது. கடிதத்தில் நிச்சயம் சம்பத் வாசனை இருந்தது. என்ன பைத்தியக்காரத்தனம்! பெருமதிப்புக்குரிய சோஷியாலஜி புரொபஸரின் எண்ணங்களா இவை? எனக்கு என்ன வயது?

ஏன் கன்றுக்குட்டி போல, பதினைந்து வயசுப் பெண் போலத் துள்ளுகிறேன்!

சம்பத் அந்தக் கடிதத்தில் வரதட்சிணைப் பற்றித் தெளிவாக எழுதியிருந்தார்.

'புனிதமான காரியத்தை ஒரு வியாபாரமாக்கக் கூடாது.'

என்ன முதிர்ச்சியான சிந்தனை! 'ஸூட் தைக்க எதும் பணம் அனுப்ப வேண்டாம்' என்று எழுதியிருந்தார். கல்யாணங்களில் அனாவசியச் செலவு பற்றி எழுதியிருந்தார். அவர் சொல்லை மீறி நாங்கள் பணம் அனுப்பினாலும் அந்தப் பணத்தை இரண்டு பேர் பேரிலும் ஒரு எஃப்டியாகத்தான் போடுவேன் என்று எழுதியிருந்தார். ஓ சம்பத்! உங்களைப் போன்ற ஒருவரைக் கணவராகப் பெறுவதற்கு நான் என்ன பாக்கியம் செய்திருக்க வேண்டும்! என்னால் என் அதிர்ஷ்டத்தை நம்ப முடியவில்லை!

அவர் கைப்பட என் பெயரை எழுதி இரண்டு பேர் பேரிலும் அவரே ஆரம்பிக்க வேண்டும் என்று ஆயிரம் ரூபாய்க்கு ட்ராஃப்ட் வாங்கி அனுப்பினேன். அதனுடன் அவருக்கு என் முதல் கடிதத்தை அனுப்பினேன்.

எனக்குத் தமிழில் அவ்வளவாக எழுதிப் பழக்கமில்லை, அதனால் ஆங்கிலத்தில்தான் எழுதினேன். இரண்டு மூன்று தடவை எழுதிக் கிழித்துப் போட்டுவிட்டு நிறுத்தி நிதானமாக எழுதினேன். என் ஆங்கிலக் கையெழுத்துக்கும் சம்பத்துடைய தமிழ்க் கையெழுத்துக்கும் ஒருவிதமான ஒற்றுமை இருப்பது எனக்கு ஆச்சரியம் தந்தது. அவருக்கும் கருப்பு இங்க் பிடிக்கும் போல! தேவன் இந்த மாதிரி எத்தனை மறைமுகமான ஒற்றுமைகளை ஏற்படுத்தியிருக்கான்!

பெரியவர்கள் சொல்லும் பிராப்தத்தில் எனக்கு நம்பிக்கை வந்துவிட்டது. இந்த சம்பத் எங்கிருந்து வந்து முளைத்தார்? இதில்

விதியின் செய்கை இல்லையென்றால் வேறு எப்படிச் சொல்ல முடியும்? அழகழகான பெண்களை வைத்துக்கொண்டு பெற்றோர்கள் மாப்பிள்ளை தேடி அலைவதைப் பார்த்திருக் கிறேன். இந்த மாப்பிள்ளை, அழகான மாப்பிள்ளை. என்னைத் தேடி வந்திருக்கிறார். என்ன தவம் செய்தேன்!

அப்பாவும் அம்மாவும் கல்யாணத்துக்குத் தயார் செய்ய ஆரம் பித்து விட்டார்கள்.

'ராஜி, இப்பவே லீவுக்கு அப்ளை பண்ணிடு.'

'ராஜி, அந்த முத்து செட்டு ரொம்ப நாளாப் பண்ணக் கொடுக் கணும்னு சொல்லிண்டிருந்தியே!'

'ராஜி, கல்யாண மண்டபத்துக்கு இப்பவே புக் பண்ணிடும்மா.'

'சங்கிலியை அழிச்சிப் பண்ணி புது மோஸ்தர்ல பண்ணிக் கணும்னா, இப்பவே சொல்லிடணும்மா. ராதா ஜுவல்லரியில ரொம்ப நாளாக்குவான்...'

எனக்கா கல்யாணம்! இன்னும் நம்பிக்கை வரவில்லை. அந்த நாட்கள் யாவுமே கனவுத்தனமாக நகர்ந்தன. காலேஜில் ப்ரமோஷன் ஆகிப் புதிய பொறுப்பு வந்து 'ஹெட் ஆஃப் தி டிபார்ட்மெண்ட்' ஆனதுகூட எனக்கு அத்தனை உற்சாகம் தரவில்லை. ராஜாமணி கண்டுபிடித்து விட்டார்.

'என்ன ராஜி, மேரேஜாமே!'

'யார் சொன்னா?' என்று அதட்டினேன்.

'யாரும் சொல்லவேண்டாமே, உன்னைப் பார்த்தாலே ஒரு தேஜஸ் வந்துடுத்து. கல்யாணக் களை வந்துடுத்து.'

'அதெல்லாம் இன்னும் கன்ஃபர்ம் ஆகலை ராஜாமணி.'

'அப்பாவானா கல்யாண மண்டபத்துக்கு ஏற்பாடு பண்ணச் சொன்னார், மார்க்கட்டில பார்த்தபோது.'

'சொல்லியாச்சா?'

'பையன் யாரு?'

'சம்பத்துன்னு மெட்ராஸ்ல இருக்கார்.'

'ஓ! அன்னிக்கு போன் வந்துதே, அப்பவே நினைச்சேன்! என்ன வேலை?'

'கன்ஸல்டன்ஸி.'

'என்ன கன்ஸல்டன்ஸி? கம்பெனி பேர் என்ன?'

'அதெல்லாம் எனக்குத் தெரியாது சார்.'

'என்னது? தெரியாதா? கல்யாணம் பண்ணிக்கப்போறங்கற. ஹஸ்பண்டு என்ன வேலைல இருக்கான்னு கூடத் தெரியாதுங்கறே. வேடிக்கைதாம்மா.'

'அதெல்லாம் அப்பா விசாரிச்சிருக்கார் சார்.'

'பேஷ், ஐம் ஹாப்பி. அப்பா எல்லாம் தீரத்தான் விசாரிச்சிருப்பார். ராஜி, கல்யாணம் ஆனப்புறம் எங்க? மைசூரா, மெட்ராஸா?'

'அதெல்லாம் இன்னும் தீர்மானிக்கலை.'

'ராஜி! ஐம் வெரி ஹாப்பி ஃபார் யூ. கல்யாணம்ங்கிறது பொறுப்புத்தான். சோஷியாலஜி ப்ரொபஸர், உனக்குச் சொல்ல வேண்டியதில்லை. உன்னைக் கல்யாணம் பண்ணிக்கப் போறவன் அதிர்ஷ்டக்காரன்தான்.'

'தாங்க்ஸ்.'

'கல்யாணத்தில் எந்தவிதமான உதவி வேணும்னாலும் சொல்லு. தயங்கவேண்டாம்.'

'தாங்க்ஸ் சார்.'

8
சம்பத்

கலியாணத்துக்கு முன்னாடியே அவகிட்டப் பணம் வாங்கறது எப்படின்னு யோசிச்சேன். இப்படி ஒரு கடுதாசி எழுதினேன்.

அன்புள்ள ராஜேஸ்வரி அவர்களுக்கு,

அப்பாவும் அம்மாவும் மைசூருக்குப் போய் வந்ததை இன்னும் கதை கதையாகப் பேசிக் கொண்டு இருக்கிறார்கள். உங்கள் குடும்பத்தை அவர்களுக்கு நிரம்பவும் பிடித்துப் போய்விட்டது என்பதும், பிரத்தியேகமாக உங்களையும் பிடித்துப் போய்விட்டது என்பதையும் தெரிய வந்தேன்.

இந்தக் கடிதத்தில் 'நீங்கள்' என்று குறிப்பிடுவது உங்களுக்கு ஒருவாறு ஆச்சரியமாக இருக்கலாம்.

ஆண் உயர்ந்தவன், பெண் தாழ்ந்தவள் என்கிற எண்ணம் எனக்குக் கிடையாது. மேலும் கல்யாணம் ஆகிறவரையில் எனக்கு நீங்கள் 'நீங்கள்' தான்.

அம்மாவிடம் நான் வரதட்சணை எதுவும் பேசக் கூடாது என்று தீர்மானமாகச் சொல்லி

விட்டேன். பையனுக்குப் பெண்ணைப் பிடித்துப் போய்விட்ட தால் அந்தப் புனிதமான காரியத்தை ஒரு வியாபாரமாக்கக் கூடாது. அவர்கள் பண்ணிப் போடுவதை நாம் ஏன் தடுக்க வேண்டும் என்று அப்பா சொன்னார். அதற்கும் சம்மதமில்லை. நம் கல்யாணங்களில் அநாவசியச் செலவுகளை நிச்சயமாகத் தவிர்க்க வேண்டும் என்கிற கொள்கை உடையவன் நான்.

எனக்கு ஸூட் முதலியவை வாங்குவது பற்றிப் பேச்சு வந்த தாக அம்மா சொன்னாள். அம்மா பொய் சொன்னாலும் சொல் வாள். அப்படி ஏதும் உங்களுக்கு எண்ணம் இருப்பின் அதற்காக ஆகும் பணத்தை எனக்கு அனுப்பிவிட வேண்டு கிறேன். அந்தப் பணத்தை ஸூட்டைத் தைத்து விரயம் பண்ணுவதாக இல்லை. என்னிடம் இருக்கும் துணிமணிகள் இரண்டு தலைமுறைக்குப் போதும். அதனால அந்தப் பணத்தை நான் நம் இருவர் பேரிலும் ஒரு ஃபிக்ஸட் டிபாஸிட்டில் போடு வதாக இருக்கிறேன். அங்கே எதும் எனக்கு வாங்கவேண்டாம். கல்யாணத்துக்கு நாள் குறித்துச் செய்தி சொன்னால் போதும். நாங்கள் வந்துவிடுகிறோம்.

பணம் அனுப்பவில்லையெனினும் பரவாயில்லை. அனுப்பு வதாக உத்தேசம் இருந்தால் அந்தப் பணத்தை நான் என்ன செய்வேன் என்று உங்களுக்கு முன்கூட்டியே குறிப்பிட இந்தக் கடிதம். நீங்கள் எல்லோரும் சௌக்கியம் என நம்புகிறேன். அப்பா நான் வந்தபோது கொஞ்சம் இருமினார். உடம்பைப் பார்த்துக்கொள்ளச் சொல்லவும். காஞ்சிபுரத்துக்குச் சமீபத்தில் போயிருந்தேன். குங்குமப் பிரசாதம் வைத்திருக்கிறேன். நம் இல்வாழ்க்கையில் எப்போதும் குங்குமம் குதூகலமாகப் பொங்கப் பிரார்த்தனை செய்கிறேன்.

இப்படிக்கு
அன்புள்ள சம்பத்

பத்து பைசா குங்குமத்தைப் பொட்டலம் கட்டி, கூடக் கவர்ல போட்டு அனுப்பிச்சேன். கடுதாசி போட்ட நாலாவது நாளைக்கு டிராப்ட்டில் ஆயிரம் ரூபாய் வந்துடுத்து. ராஜேஸ்வரி இங்கிலீஸ் லயே கடுதாசி எழுதியிருந்தா. தனக்குத் தமிழ் அவ்வளவு எழுதிப் பழக்கமில்லைன்னும் என்ன என்னவோ ப்ராவிடன்ஸ், டிவைன் வில் அப்படி இப்படின்னு ப்ரொபஸர்த்தனமா வார்த்தைகள் எல்லாம் போட்டு அடடகாசமா எழுதியிருந்தா. கையெழுத்து

ஒரு பக்கம் சாஞ்சு மெச்சூரா இருந்தது. 'நீங்க சம்மதம் சொல் லிட்டிங்கங்கிறதை என்னால் இப்பவும் நம்ப முடியலை'ன்னு எழுதியிருந்தா.

ஆயிரம் ரூபாய் டிராப்டை உடனே மாத்திண்டேன். பேசாம பாங்கில போட்டிருக்கலாம். துணிக் கடைக்குக் கொடுத்த செக்கு பவுன்ஸ் ஆகாது. டெய்லருக்குக் கொடுத்தே ஆகணும். துணிக் கடை செக்கு வரதுக்கு ஒரு வாரம் ஆகும். அதுக்குள்ள வேற ஏதாவது வழி தோணாதான்னுட்டு கிண்டிக்குப் போனேன். அஸ்ஸாம் பாஷா, ரேஷ்மா அப்படி இப்படின்னு கழுதையெல் லாம் ஓடிண்டிருந்தது. பெரிய ரேஸ் எதும் இல்லை.

ஜாக்பாட் கேரிஓவர் ஆயிருச்சு. ட்ரெபிள்ல நாலு டிக்கெட்டுக்கு அறுநூற்றி இருபத்தேழு கொடுத்து எனக்குக் கிடைக்கலை. ஒரே ஒரு குனிலால மட்டும் எண்பது பண்ணேன். விட்டது நானூத்தி சொச்சம்.

ஏகாம்பரத்தைப் பார்த்தேன்.

'என்னப்பா சம்பத், கண்ணுலேயே காண்றதில்லையே'ன்னான்.

'இருக்கேம்பா.'

ஏதாவது விசேஷம் உண்டா'ன்னான். ஏதா விசேஷம்னா, அவங் கிட்ட வாங்கின ஐந்நூறு ரூபாயைத் திருப்பித் தரதுதான். எப்பவோ கோயமுத்தூர் போற அவசரத்தில் இவங்கிட்ட பணம் வாங்கியிருக்கேன். ஏகாம்பரம் என் பையைப் பார்க்கறான். நேரா கேக்க மாட்டேங்கறான். 'ஏதாவது விசேஷம் உண்டா?'ன்னான். நான் பணம் கொடுத்து ஞாபகம் இல்லைபோலப் பொதுவா விஷயங்களைப் பத்திப் பேசிட்டிருக்கேன். தண்ணிக் கஷ்டம், வெயில் கொடுமை, ஊட்டி ரேஸுக்குப் போறது இப்படித்தான்.

'ஏகாம்பரம், ஒரு ஆயிரம் ரூபா இருக்குமா?'

'என்னப்பா! உன்னை நான் கேக்கணும்னு இருந்தேன், கொஞ்ச நாள் முன்னாடி எங்கிட்ட...'

'ஆயிரம் ரூபா இல்லையா! சரியான டிப்ஸ் கிடைச்சிருக்கு. அடுத்த ரேஸுக்கு ஜாக்கி தெரிஞ்ச ஆளு. ஃபேவரைட்டு டைம் கீப்பர்னு ஜாக்கி ஓட்டறான். அது வரப்போறதில்லை. ராங்க் அவுட்ஸைடர் சாரதான்னு ஒரு குதிரை வரப்போறது. புக்கிகிட்ட

ஆடினா ஆயிரத்தைப் பத்தாயிரமாப் பண்ணிடலாம். ஒரு புக்கி கிட்டயே ஆடக்கூடாது. பெரிசா ஒரு தொத்தல் மேலவெச்சா உஷாராயிடுவாங்க. என்ன சொல்ற?'

'ஆயிரம் ரூபாய் இருந்தா இந்த மாதிரி பஸ்ஸுக்குச் சில்லறை இல்லாம சிங்கியடிச்சுக்கிட்டு இருப்பேனா?'

'பஸ்ஸுக்குக் காசு வேணுமா?' எத்தனை?'

'எண்பது பைசா.'

'இருபது பைசா பாக்கியிருக்கா'ன்னு ஒரு ரூபா கொடுத்தேன். 'இல்லாட்டி பரவாயில்லை, வெச்சுக்கோ'ன்னு அனுப்பினேன். தாங்க்ஸ் சொல்லிவிட்டுப் போனான். ஐந்நூறு ரூபாயைப் பத்தி பேச்சே எடுக்கலை. இந்த மாதிரி சன்மானங்களும் இருக்குது.

9
ராஜி

உலகமே என் கல்யாணத்துக்கு ஒத்தாசை செய்வதுபோல இருந்தது. மைசூர் மஞ்சள் பூத்துப் பாதையெங்கும் வர்ணத்தை வாரியிறைத்தது போல, சில மரங்கள் தீப்பிடித்து ஆரவாரம் செய்ததுபோல, பட்சிகள் எல்லாம் எனக்காகப் பிரத்தியேகமாக முயற்சி எடுத்துக்கொள்வது போல, குழாய்த் தண்ணீர்கூட எனக்காகவென்று அதிகச் சக்தியுடன் பீறிடுவதுபோல, பசுக்கள் கறப்பதும், பஸ்கள் பறப்பதும் என் கல்யாணத்துக்குத்தான். அச்சாபீஸ்கள் என் பத்திரிகைக்காகக் காத்திருக்கின்றன.

'சம்பத் வெட்ஸ் ராஜேஸ்வரி... ரொம்ப சிம்பிளாக, ஆனால் நேர்த்தியாக அச்சிட வேண்டும். சம்பத்துக்கு அனாவசியச் செலவு பிடிக்காது. சம்பத் இதில் எல்லாம் கண்டிப்பானவர். சம்பத் திடம் என் சம்பளம் அத்தனையும் கொண்டுவந்து கொடுத்துவிடுவேன். பஸ்ஸுக்குக் காசுகூட அவரிடம் காலையில் வாங்கிக்கொண்டு செல்வேன்.

'ராஜி, இன்னிக்கு என்ன கணக்கு? எத்தனை டிபன் சாப்பிட்டே?'

'பத்து பைசா உதைக்கிறது! நாலணா உதைக்கிறதே!'

நடக்கும்போது, எப்போதும், எப்போதும் சம்பத்.

'இந்தப் புடைவை உங்களுக்குப் பிடிச்சிருக்கா சம்பத்?'

'சம்பத் ஏன் இருமறீங்க!'

'சம்பத், இந்த கலர்ல நீங்க ஒரு ஸஃபாரி ஸூட் தெச்சுட்டா நல்லா இருக்குமே!'

காலைல காலேஜுக்குக் கிளம்பும்போது வழக்கம்போல் சாமி கும்பிட்டுவிட்டு, சம்பத்தின் கடிதத்தை ஒருமுறை படித்து விட்டுக் கதவைத் திறந்துகொண்டு கிளம்பியபோது எதிரே யார் நிற்கிறார்கள்?

சம்பத்!

அப்படியே சப்த நாடியும் நின்றுபோய் பிரமித்து, 'நீங்களா!' என்றேன், 'அம்மா! அம்மா! யார் வந்திருக்கா பாரு' என்று பட படத்தேன். சம்பத் என்னை ஏற இறங்கப் பார்த்திருக்கிறார். என்னிடம் ஏற்பட்ட மாறுதலை நிச்சயம் கவனிக்கிறார் என்று தெரிந்தது.

'வாங்கோ மாப்பிள்ளை!'

'என்னம்மா மாப்பிள்ளைன்னுண்டு! இன்னும் கல்யாணம் ஆகலை. ஞாபகம் வெச்சுக்கோ!'

'கல்யாணம் ஆனாப்லதான். தேதி குறிச்சாச்சே!'

எதுக்குப் பணம் அனுப்பித்தாய் என்று கேட்டார். அந்தப் பணத்தை அப்படியே வைத்துக்கொண்டிருக்கிறாராம்.

'சேச்சே! நீங்க உங்க இஷ்டப்படி வாங்கிக்கங்கோ' என்றேன்.

'உங்ககிட்ட பணம் நிறைய இருக்காப்பல இருக்கு.'

பணத்தை நல்ல காரியத்துக்கு, ஏழைகளுக்குச் செலவு பண்ணும் படிச் சொன்னார்.

'ராஜி எப்படி இருக்கீங்க?'

''எப்படி இருக்கே'ன்னு கேளுங்க போதும்.'

'அப்ப என்னை சம்பத்துன்னு கூப்பிடணும்!'

'சம்பத்!' என்று கூப்பிட்டுவிட்டேன்.

'ராஜி!'

என்னை ஏற இறங்கப் பார்த்தார். வெட்கமாக இருந்தது. அப்பா வந்தால் சொல்லும்படிச் சொன்னார்.

அம்மா அதற்குள் கொண்டுவந்த காப்பியை மடக்கென்று குடித்து உடனே கிளம்பிவிட்டார்.

'சாப்பிடாமப் போறீங்களே?'

'உங்காத்திலதான் நிறைய சாப்பிடப் போறேனே, பிற்காலத்தில்' என்று புன்னகைத்துவிட்டுச் சென்றார்.

டேபிளில் உட்காரவைத்து லேசாக விசிறிக்கொண்டே சம்பத் துக்கு உணவளிப்பதுபோல நினைத்துக்கொண்டே காலேஜை நோக்கிச் சென்றேன்.

கல்யாணத்துக்கு இன்னும் எத்தனை நாட்கள், எத்தனை மணி நேரம் இருக்கிறது என்று கணக்கு போட்டுப் புடைவை எடுத் தோம். அப்பா அம்மாவுக்கு எழுதி அளவு வாங்கிக் கொண்டு வைர மோதிரத்துக்கு ஆர்டர் கொடுத்தோம். எச்.எம்.டி. க்வார்ட்ஸ் கடிகாரம் ஒன்று வாங்கினோம். வீட்டுக்கு வெள்ளை அடித் தோம். டிஸ்டெம்பர் கொடுத்தோம்.

உறவுக்காரர்கள் அத்தனை பேருக்கும் அப்பா கைப்பட கார்டு எழுதிப் போட்டார். நான் என் பல்கலைக்கழக நண்பர்கள் பட்டியல் ஒன்று தயார் செய்துகொண்டேன். ராஜாமணி நிரம்ப உதவி செய்தார்.

கல்யாண தினம் நெருங்க நெருங்க அந்த நாட்களில் நான் இன்பப் பிரவாகத்தில் மிதந்தேன் என்று சொல்லும்போது மனசின் ஓரத்தில் அடையாளம் கண்டுபிடிக்க முடியாத காரணமில்லாத பயரேகை ஒன்றும் இருந்ததைச் சொல்லத்தான் வேண்டும். ஏன் இந்த பயம் என்று எனக்குப் புரியவில்லை.

ஒருநாள் கனவு கண்டது சரியாக ஞாபகம் இல்லையென்றாலும் விழித்து எழுந்தவுடன் ஒரு ஐந்து நிமிஷத்துக்கு வெள்ளம்போல் அழுகை வந்தது. அந்தக் கனவில் இரண்டு குழந்தைகளை வைத்துக்கொண்டு தவித்தேன். சந்தோஷத்தின் உச்சக்கட்டமும் சோகத்தின் சிகரமும் ஒரு வேளை ஒன்றுதானோ!

9
சம்பத்

கிண்டியிலிருந்து திரும்பறதுக்குள்ள பணத்தைப் பாங்கில போடற ஐடியாவை விட்டுட்டேன். வீட்டுக்கு போனதும், 'அப்பா ஒரு ஆயிரம் ரூபா கைமாத்தா வேணுமே!' என்றேன்.

'எதுக்குடா?'

'எதுக்கு! கேக்கறதைப் பாரு. உங்க பையன் கல்யாணத்துக்கு நீங்க செலவழிக்க வேண்டாமா?'ன்னு சிரிச்சேன்.

'அதுகூட வாஸ்தவந்தான். குத்தகைப் பணம் வந்திருக்கு அதை...'

'வேணும்னா நானே என் பணத்தில செல வழிச்சுக்கறேன். மரியாதையா இருக்காது.'

'எம்பணம் உம்பணம், எல்லாமே ஒண்ணு தானடா!'

'குத்தகைப் பணம் எத்தனை வந்திருக்கு?'

'நாலாயிரம்.'

'அதை அப்படியே எங்கிட்ட கொடுத்திரு. நான் கல்யாணத்துக்குள்ள எல்லாச் செலவையும் பார்த்துக்கறேன்.'

'அதுகூடச் சரிதான்.'

'அப்பாவுக்கு ஒரு குண்டஞ்சு வேஷ்டி வாங்கிடுரா. எனக்கு ஒரு சின்னாளம்பட்டுகூடப் போதும்.'

'சேச்சே, எப்பேறப்பட்ட குடும்பம், சின்னாளம்பட்டாவது?'

'இல்லைடா. அவா புடைவை எடுப்பா, நிச்சயம் பொண்ணு கல்யாணத்துக்கு நிறைய சேகரிச்சு வெச்சிருக்கா. பாட்டி நகை, மாமி நகை எல்லாம் பீரோ நிறைய வெச்சிருக்காளாம். அந்தம்மா எங்கிட்டச் சொன்னா.'

'அப்படியா பரவாயில்லையே! அம்மா, என்னென்ன நகை சொல்லு பார்க்கலாம்! நாம பொண்ணுக்கு ஒரு மாங்கல்யம் பன்னிண்டு போகணும் இல்லை!'

'ஆமாண்டா அதான் பாந்தம்.'

'எல்லாம் நான் பார்த்துக்கறேன் அப்பா. உங்க நாலாயிரம் ரூபா போறாது. என் பணத்தையும் செலவழிக்க வேண்டி வரும். குடும்பத்தில் ஒரே கல்யாணம், முத கல்யாணம். கொஞ்சம் நாமும் தாராளமா செலவழிக்கலாமே!'

தாராளமாவது ஒண்ணாவது! அப்பா கொடுத்த காசில சுமாரா திருமாங்கல்யம் வாங்கிட்டேன். இன்னொரு நல்ல ஷர்ட்டு பாண்ட்டுத் துணி எல்லாம் எடுத்தேன். அப்படியே சுந்தரிக்கு ஒரு செயின் வாங்கிண்டேன், தங்கத்தில்தான்.

ஷாப்பில இருந்த பொண்ணு, அசப்பில சுந்தரி மாதிரி இருந்தா. 'நீ போட்டுக் காட்டும்மா'ன்னேன். மாசம் நூத்தம்பது சம்பளம் போல இருக்கு. பிளாஸ்டிக் வளையலைத் தவிர வேற நகை கிடையாது. சந்தோஷமா போட்டுக் காட்டித்து. 'ப்யூட்டிபுல்' னேன். கிட்டப்போய் 'உனக்கு சினிமாவில் நடிக்க ஆசையா?'ன்னு கேட்டேன்.

'அய்யோ, எங்கப்பா கொன்னுப்புடுவார்'ன்னு கன்னம் சிவக்க பதில் சொன்னா.

'ஆசையிருந்தா அட்ரஸ் கொடு. கோரமண்டல்ல நானூத்திப் பத்தாம் நம்பர்ல வந்து பாரு'ன்னேன்.

‘சரி சார்’ன்னு சன்னமாச் சொன்னா. வே பண்றபோது கொஞ்சம் கிராம் தள்ளியே கொடுத்தா. மோதிரம் சுலபமா அடிச்சிருக் கலாம். திருட்டு இதுவரைக்கும் செய்யலை. திருட்டு வேண்டாம்னுதான் தோன்றது.

அவா நாள் பார்த்து, தேதி குறிச்சு எழுதிப்பிட்டா. இன்னும் ஒரு மாசம்தான் இருந்தது. மாப்பிள்ளைக்கு லீவு கிடைக்குமோன்னு கேட்டு எழுதியிருந்தா. கல்யாண மண்டபம் கிடைக்க ரொம்பக் கஷ்டமாயிடுத்தாம்.

நான் லீவு கேட்டிருக்கிறதாவும் ஸாங்ஷன் ஆன உடனே எழுதற தாகவும் எழுதினேன். நாலு நாள் கழிச்சு ஸாங்ஷன் ஆனதைப் பற்றி எழுதியிருந்தேன். ஆனா கல்யாணம் ஆன கையோட ஒரு எக்ஸ்போர்ட் ஆர்டரைக் கவனிக்கவேண்டி இருக்கிறதாலே உடனே வந்துர வேண்டியிருக்கும்; அதனாலே தேனிலவு எல்லாம் மைசூரிலேயே வெச்சுக்கும்படியா இருக்கும். இல்லை தனிப்பட்டு ஊட்டி போகணும்னா ஒரு வாரத்தில் திரும்பி வந்துர்றேன்னு எழுதினேன்.

அவாளுக்குக் கொஞ்சம் ஏமாற்றம்தான். கல்யாணத்துக்காவது மாப்பிள்ளை வர முடிஞ்சுதேன்னு திருப்திப்பட்டா. எனக்குக் கல்யாணத்துக்கு முந்தி எதையாவது வியாஜமா வெச்சுண்டு சுந்தரியை ஒருமுறை பார்த்துட்டு வந்துரணும்னு ஆசையா யிடுத்து. பார்த்து அந்தத் தங்கச் சங்கிலியை எப்படியாவது கொடுத்துட்டு வந்துரணும்.

சுந்தரியைப் பத்தி இன்னும் தீர்மானமா ஏதும் தெரியலை. ஆனா ஆரம்பத்துக்கு அவளை அப்பப்ப பார்த்துண்டு இருந்தாலே போதும்னுதான் தோணித்து. அவ ஹஸ்பண்டுகிட்ட சினேகம் ஏற்படுத்திக்க வேண்டியது முக்கியம். ராமநவமிம்போது வருவான்னு அந்தக் கிழம் சொல்லியிருந்தது. அதனால சீக்கிரம் மைசூருக்குப் போயிட்டு வந்துரலாம்னு கிளம்பினேன்.

முதல்ல ராஜேஸ்வரியைத்தான் பார்க்கக் கிளம்பினேன்.

என்னைப் பார்த்ததும் திடுக்கிட்டா. குப்புன்னு மூஞ்சி சிவந்து போச்சு. ‘நீங்களா?’ன்னா.

‘சம்பத்துன்னே கூப்பிடுங்க!’

‘அம்மா அம்மா! யார் வந்திருக்கா பாரு’ன்னா ரொம்ப சந்தோஷத் தோட. ராஜி மாறித்தான் போயிருந்தா. பளிச்சுன்னு புடைவை, தலை நிறைய மல்லிகை, கண்ணாடிக்கு புது ப்ரேம். (பழைய ப்ரேமே தேவலைபோல இருந்தது!) ரவிக்கைகூடக் கொஞ்சம் புது மோஸ்தரா இருந்தது.

‘வாங்கோ மாப்பிள்ளை.’

‘என்னம்மா மாப்பிள்ளைன்னுண்டு. இன்னும் கல்யாணம் ஆகலை. ஞாபகம் வெச்சுக்கோ!’

‘கல்யாணம் ஆனாப்பலதான். தேதி குறிச்சாச்சே. உங்க கடுதாசி வந்தது. எதுக்கு பணம் அனுப்பிச்சேள்? பணம் வேணாம்னு எழுதியிருந்தேனே. எதுக்கு அனாவசியச் செலவு? அந்தப் பணத்தை அப்படியே வெச்சிண்டிருக்கேன்.’

‘சேச்சே! நீங்க ஏதாவது உங்க இஷ்டப்படி வாங்கிக்கோங்கோ.’

‘உங்ககிட்ட நிறையப் பணம் இருக்காப்பல இருக்கு. அப்படி இருந்தா ஏதாவது நல்ல காரியத்துக்கு, ஏழைகளுக்குக் கொடுங்கோ. கல்யாணத்தில விரயம் பண்ணவேண்டாம். பெரியவா என்ன சொல்லியிருக்கா தெரியுமோ? பரமச்சார்யாள் என்ன சொல்லி யிருக்கா தெரியுமோ? பிராமணக் கல்யாணங்களை சிம்பிளா பண்ணுங்கோ. போண்டியாகாதீங்கோன்னு...’

‘அதுக்கில்லை. இது நம்ம ரெண்டு பேர் குடும்பத்திலயும் முதல் கல்யாணம்.’

‘இருந்துட்டுப் போகட்டுமே! ராஜேஸ்வரி, நான் சொல்ற பாயிண்ட் உங்களுக்குப் புரியறதோ?’

‘அம்மா, அவர் சொல்றது நியாயம்தான்.’

அம்மா உள்ளே போக, ‘பாருங்கோ, நான் ஒரு அரை மணிக்கு வந்திருக்கேன். ஆபீஷ் விஷயமா வந்தேன். சம்பந்தம் எடுக்கிற இடத்தில் பார்க்காமப் போனா நல்லா இருக்காதுன்னுட்டு... ஏதும் பண்ண வேண்டாம், ஒரு வா தீர்த்தம் போதும். ராஜேஸ்வரி எப்படி இருக்கீங்க?’.

‘‘எப்படி இருக்கே’ன்னு கேளுங்க போதும்.’

‘அப்ப என்னை சம்பத்துன்னு கூப்பிடணும்.’

‘சம்பத்!’

‘ராஜி!’

அபிலாஷையோடப் பார்த்தா. ஒரு கணத்திலே, அதனோட பிரிவிலன்னுகூடச் சொல்லலாம், ராஜி அழகா இருந்தாப்பல தோணித்து. கல்யாணக் களை வந்துருத்து. இருக்கிறதைச் சுமாரா தேத்தி தேர் மேல வெச்சிருந்தா. ப்ரா சைஸ்கூட மாத்தியிருக்காப் போலத் தோணித்து.

‘ஐம் இன் எ ஹர்ரி, பார்க்கலாம். எல்லா ஏற்பாடும் நடந்துண்டிருக்கா? எனக்கு நிறைய நாள் லீவு இல்லை. அதனால் கல்யாணம் முடிஞ்ச கையோட புறப்பட வேண்டியிருக்கும். உன்னையும் கூட்டிண்டு போறதா இருக்கேன். ஹனிமூன் கம் பிஸினஸ்!’

ராஜி வெக்கப்பட்டா.

‘அப்பா எங்கே?’

‘கடைக்குப் போயிருக்கார். எங்க மாமா வந்திருக்கார்.’

‘அப்பா வந்தா விசாரித்ததாச் சொல்லு. எங்களைப் பொருத்த வரை எல்லாம் வாங்கியாச்சு. எல்லாம் பொண்ணுக்குத்தான். மாங்கல்யம், கூரைப் புடைவை எல்லாம். வரட்டுமா? சமத்தாயிரு. உனக்கு காலேஜ்ல லீவு கிடைச்சுரும் இல்லை?’

‘ஓ எஸ்.’

‘வெரிகுட்.’

புறப்படறதுக்குள்ள அம்மாக்காரி அவசரமா காபி கொண்டு வந்துட்டா. அதை மடக்குன்னு குடிச்சிட்டு கிளம்பினேன்.

‘சாப்பிடாமப் போறீங்களே?’

‘உங்காத்திலதான் நிறைய சாப்பிடப் போறேனே, பிற்காலத்தில்’ன்னு சிரிச்சுட்டு வந்துட்டேன்.

ஆட்டோ வெச்சுண்டு ஜெயநகர் போனேன். சுந்தரி வீட்டில விளக்கு எரிஞ்சுது. வாசல் கதவு திறந்திருந்தது. புருஷன்காரன் வந்திருக்கணும். ‘சார்’னேன்.

'யாரு?'

'ராமாஞ்சம் இருக்காரா?'

'நான்தான் ராமாஞ்சம்.'

'அடடே! சார் என்ன இப்படி மாறி போயிட்டீங்க. தலைல இருந்த மயிரெல்லாம் என்ன ஆச்சு?'

'யார் நீங்க?'

10

ராஜி

கல்யாணத்துக்கு சம்பத் பக்கத்திலிருந்து, சம்பத், அவர் அப்பா, அம்மா, ஜெகன்னாதன் இன்னும் இரண்டு மூன்று பேர் வந்திருந்தார்கள். நாங்கள் பல பேரை எதிர்பார்த்துக் கொஞ்சம் ஏமாற்ற மாகவே போய்விட்டது. அம்மா கேட்கக்கூடக் கேட்டு விட்டாள். 'என்ன மாமி, ரொம்பக் கொஞ்சம் பேர் வந்திருக்கீங்களே?' என்று.

'அதான் சொன்னனே, கூடப் பொறந்த உறவு எல்லாரோடேயும் பழிச்சண்டை. எல்லாருக்கும் நாங்க நன்னா இருக்கறதைப் பார்த்து வயித் தெரிச்சல். சம்பத்துக்கு ஏராளமான சிநேகிதம். 'எல்லாரையும் எதுக்கும்மா மைசூருக்கு அழைச் சுண்டுபோய் அவாளுக்குச் செலவு வெக்கணும்'னு ஸ்டரிக்ட்டாச் சொல்லிட்டான். நீங்க இத்தனை செலவழிக்கிறதே அவனுக்குப் புடிக்கப் போற தில்லை. பாருங்கோ. எதுக்கு ஜானவாசம், கச்சேரின்னு தாம்தூம் பண்ணியிருக்கேள்? எங்காத்து சம்பத்துக்கு இதெல்லாம் பிடிக்கவே பிடிக்காதுன்னு சொன்னோமா, இல்லையா?'

'இல்லை மாமி, ஒரே பொண்ணு. ஆத்தில முதல் கல்யாணம், அதனாலதான் கொஞ்சம் சுமாராப் பண்றோம்.'

சேர்த்துவைத்து எங்கள் பக்கத்திலிருந்து நிறையப் பேர் வந்திருந் தார்கள். அப்பாவின் பழைய ஆபீஸ் சிநேகிதர்கள், சித்தப்பாக் கள், ஒன்றுவிட்ட சித்தப்பாக்கள், என் பல்கலைக்கழக நண்பர் கள், மாணவ, மாணவிகள் என்று கல்யாணம் களை கட்டித்தான் இருந்தது.

கேசவமூர்த்தியின் சிஷ்யை வீணை வாசித்தாள். நாயனம், பாண்டு இரண்டும் ஏற்பாடாகி இருக்க, சம்பத் ஸூட் போட்டுக் கொண்டு சாயங்காலம் மனையில் உட்கார்ந்தபோது எனக்கு அங்கமெல்லாம் பதறியது.

'என்னடி ராஜி, உனக்குப் போய் இப்படி ஒரு ஆம்படையானா?'

'ராஜிக்கு அதிர்ஷ்டம்னா அதிர்ஷ்டம்!'

'உன்னைத்தூக்கி இடுப்பிலே வெச்சுண்டுடுவான் போல இருக்கே!'

'ராஜி, என்ன தபஸ் பண்ண? என்ன விரதம் இருந்த? எங்களுக்கும் சொல்லேன்?'

'ராஜி யூ ஆர் லக்கி! தி பாய் இஸ் வெரி சார்மிங்' என்றார் ராஜா மணி.

எல்லாம் ஒன்றும் குறை வைக்காமல் நடந்தது. சாயங்காலம் சம்பத்தின் ஊர்க்கார சிநேகிதி என்று, சுந்தரி என்று ஒரு பெண் வந்திருந்தாள். அவள் கணவன் குத்ரேமுக்கில் இருக்கிறாராம். அழகாக இருந்தாள். சம்பத் அவளை எனக்கு அறிமுகப்படுத்தி வைத்து, 'ஏறக்குறைய நமக்கு உறவு மாதிரிதான்' என்றார்.

சுந்தரியைச் சாப்பிட்டுப் போகும்படிக்கு வற்புறுத்தினேன். எங்கள் பிரின்ஸிபால் இரண்டு வேளையும் வந்திருந்தார். வைஸ் சான்ஸலர் கூட வந்து தலையைக் காட்டிவிட்டுப் போனது எனக்கு ரொம்பச் சந்தோஷமாக இருந்தது.

எல்லோரையும் சம்பத்துக்கு அறிமுகம் செய்துவைக்கும்போது, 'சம்பத், மை ஹஸ்பண்டு' என்று சொல்கையில் பூரிப்பாக இருந்தது.

சம்பத்தைப் பார்த்த அத்தனை பேர் கண்களிலும் மெலிதான ஆச்சரியம் தோன்றத்தான் செய்தது. அது எனக்கு உறுத்தலாக இருந்தாலும், சம்பத் என்ற எனக்குக் கிடைத்த ரத்தினத்தைப் பத்திரமாக வைத்துக்கொள்ளத் தீர்மானித்தேன்.

சம்பத்தின் அப்பாவும் அம்மாவும் கிரகப்பிரவேசம் பண்ணி, ராத்திரியே சாந்தி வைத்துக்கொள்ளவேண்டும் என்று சொல்லி விட்டார்கள். எனக்கு அதைக் கேட்ட மாத்திரம் உடம்பெல்லாம் ஸ்திரமாக மின் அதிர்ச்சிபோல உணர்ந்தேன்.

நான் அத்தனை சீக்கிரம் அதற்குத் தயாராக இல்லை. இதுவரை நான் ஆண் பெண் உடலுறவு பற்றிப் புத்தகங்கள்தான் படித்திருக்கிறேன். அது எனக்கு நிகழப்போகிறது என்றதும் பயமாக, தயக்கமாக, வெட்கமாக இருந்தது.

மாடி ரூமை அம்மாதான் ஓடி ஓடி ஒழித்து மல்லிகையெல்லாம் அமைத்தாள். சித்தி பெண் ஹம்ஸா ஜோக் அடித்துக்கொண்டே தொந்தரவு செய்தாள். நிறைய உதவி செய்தாள். அது என்னமோ, இயல்பாக, சாதாரணமாக நிகழ்கிற ஒரு காரியம் போல எல்லாரும் புழங்கினார்கள். சின்னப் பிள்ளைகள் அந்த அறைக்குள் போய் குதித்து விளையாடுவதே எனக்கு வெட்கமாக இருந்தது. யாரையும் நிமிர்ந்து பார்க்கத் தயக்கமாக இருந்தது.

சம்பத் வாசலில் எங்கள் மனிதர்களுடன் உட்கார்ந்துகொண்டு சிரிப்பு மாறாமல் பேசிக்கொண்டிருந்தார். அவருக்குக் காபி எல்லாம் கொண்டு கொடுக்கச் சொன்னார்கள். மத்தியானம் மாடியில் படுத்துத் தூங்கிக்கொண்டிருக்கும்போது அவரைப் போய் எழுப்பச் சொன்னார்கள். சற்று நேரம் அவரையே பார்த்துக் கொண்டிருந்துவிட்டுக் காலைத் தொட்டு எழுப்பினேன்.

விழித்தவர் சட்டென்று, 'இங்கே வா' என்று என்னை டிபன் தட்டோடு அணைத்துக்கொண்டு கன்னத்தில் ஒரு முத்தம் ஒற்றினார். சகலமும் விழித்துக்கொண்டு சட்டென்று ஜுரம் வந்து விட்டது.

'ராத்திரி உன்னை விடப்போறதில்லை' என்றார்.

ஓடி வந்துவிட்டேன்.

காலந் தாழ்த்திக் கிடைத்த இந்த இளம்பெண் உணர்ச்சிகளில் எல்லாம் எனக்கு மெலிதாக ஒரு பயரேகை இருந்தது! இந்த வயசில் கல்யாணம்! இல்லற சுகம்! பிள்ளைப்பேறு! நான் இதற்கெல்லாம் அருகதையானவள்தானா? ஏறக்குறைய கைவிடப்பட்ட, நம்பிக்கை இழந்துபோன, வாழ்நாள் முழுவதும் தனிமைக்குத் தயார்ப்படுத்திக்கொண்டுவிட்ட நிலையில் இப்படி என்ன ஒரு கல்யாணப் புயல்? இதுதான் விதியா?

வெள்ளிச் சொம்பில் பளபளக்க பால் எடுத்துக்கொண்டு போகும் அபத்தமான சம்பிரதாயங்களுக்கும் சின்னப் பெண்களின் கலாட்டாப் பேச்சுகளுக்கும் கன்னம் சிவந்து ராத்திரி ஒன்பதுக்கு அந்த அறைக்குச் சென்றேன்.

சம்பத் அறையில் இல்லை. கதவு திறந்து மொட்டை மாடியில் நின்றுகொண்டிருந்தார். என் கொலுசுச் சப்தம் கேட்டுத் திரும்பினார்.

'வா இங்க' என்றார்.

'பால்' என்றேன்.

'பால் எல்லாம் இருக்கட்டும். வாயேன்!'

அவர் பக்கத்தில் போய் தயக்கமாக நின்றுகொண்டேன். லேசான இருட்டில் நகர வெளிச்சம் அவர் முகத்தில் பிரதிபலிக்க, ஒரு கிரேக்க தேவன் போல இருந்தார். எதிரே பரவியிருந்த நகர விளக்குகளைப் பார்த்தார்.

'இங்கிருந்து ஜெயநகர் எந்தப் பக்கம் இருக்கு?' என்றார்.

'தெரியலை' என்றேன்.

'ஏன் கை நடுங்கறது? என்னைக் கண்டா பயமா?'

'உள்ளே போயிடலாம்.'

'போலாம் போலாம். அதுக்குள்ள என்ன அவசரம்?'

'உள்ள போயிடலாம்.'

'ஆல்ரைட். போனாப் போச்சு' என்று என்னைத் தோளோடு அணைத்துக்கொண்டு சென்றார்.

10
சம்பத்

'என்னைத் தெரியலையா? சம்பத்' என்றேன்.

இதுக்குள்ள சுந்தரியே வந்துட்டா. எங்கேயோ வெளில கிளம்பிப் போறாப்பல பட்டுப் புடைவை உடுத்திண்டிருந்தா. எந்தப் புடைவை உடுத்தினா என்ன?

'இவர் தெரியாது? சம்பத்து. கல்யாணத்துக்குக் கூப்பிட வந்திங்களா சம்பத்?'

'ஆமா, அப்படியா சாரையும் பார்த்துப் பரிச்சயம் பண்ணிட்டுப் போகலாம்னு. எங்க ஊருக்கு வந்திருக்கேள் இல்லையா?'

ராமானுஜம், 'வாங்க உக்காருங்கோ'ன்னான்.

'வெளில கிளம்பிண்டிருக்கிங்களா?'

'இல்லை, பரவால்லை பரவால்லை. உக்காருங்க. சுந்தரி இவர் உனக்கு உறவா?'

'அப்படித்தான் சொல்லணும். ரெண்டு பேருக்கும் பெருகமணி கிராமம். நான் உங்க கல்யாணத்துக் கூட வந்திருந்தேனே!'

'இப்ப வந்து நீங்க கல்யாணம் பண்ணிக்கப் போறிங்களா?'

93

'ஆமா, இதே மைசூர்ல யூனிவர்ஸிடி ப்ரொபஸரை வர்ற பதினெட்டாம் தேதி கல்யாணம்.இங்கதான் கட்டாயம் வரணும்.'

'நான் எங்கங்க? ரெண்டு நாள் லீவில வந்திருக்கேன். என்னால வர முடியாது. சுந்தரி கட்டாயம் வருவா.'

'நீங்க குத்ரேமுக்ல வேலை செய்யறீங்களா?'

'ஆமா.'

'கந்தக பூமி, அதான் தலைமயிர் எல்லாம் கொட்டிப் போயிடுத்து உங்களுக்கு. எனக்கு கன்னாவை நன்னாவே தெரியும்.'

'கன்னாவெல்லாம் என்னைப் பொருத்தவரையில் ரொம்பப் பெரிய ஆபீசர் சார். சம்பத், எனக்கு ஒரு ஒத்தாசை பண்ண முடியுமா?'

'சொல்லுங்க.'

'வீட்டுக்காரன் தொல்லை ரொம்ப ஜாஸ்தியாயிருச்சு. வாடகை ஏத்தறான். கலாட்டா பண்றான். ஏதாவது வீடு கிடைச்சா, உங்க ப்ரொபஸர்கிட்ட சொன்னீங்கன்னா...'

'ஏங்க, அவரே இனிமேத்தான் கல்யாணம் பண்ணிண்டு வீடு தேடப் போறார். அவரைப் போய்...'

'இல்லை சுந்தரி அஞ்சாறு பேர் கிட்ட சொல்லிவெச்சாத்தானே ஏதாவது ஒண்ணு சிக்கும். மே மாசம் காலி பண்ணியே ஆகணும் கிறான். ஓன் ஆக்குபென்ஸிக்கு வேணுங்கிறான். பிடிவாதமா இருக்கான். நியூசென்ஸ்!

'கவலைப்படாதீங்க. நான் முயற்சி பண்றேன். நான் குத்ரேமுக் வந்தாலும் வருவேன். உங்களைப் பார்க்கறேன். ஏன், ஒய்ஃபை யும் அழைச்சிட்டுப் போறதுதானே?'

'அழைச்சிட்டுப் போனேனே! உடம்பு ரொம்பக் கஷ்டப்பட் டுட்டா. இங்க டீச்சரா இருக்கா. நானும் மைசூர்ல தேடிக்கிட்டு இருக்கேன். மெக்கானிக்கல் இன்ஜினியர் வேலை ஏதாவது இருந்தாச் சொல்லுங்களேன்.'

'எவ்வளவு சம்பளம் எதிர்பார்க்கிறீங்க?'

'ஆயிரத்து ஐநூறுக்கு வந்துருவேன் சார்.'

'எங்க எம்.டி.கிட்டச் சொல்லட்டுமா?'

'என்ன ஃபர்ம்?'

'கன்ஸல்டன்ஸி, மைசூர்ல ஒரு பிராஞ்சு வைக்கறதா பிளான்.'

'அப்படியா?'

'எதுக்கும் நீங்க பயோடேட்டா கொடுங்கோ. டூ தவுசெண்ட் கேளுங்கோ.'

'சுந்தரி, இவர்தான் வந்ததாச் சொன்னியா?'

'ஆமாம்' என்று என்னைக் கண்கொட்டாமல் பார்த்துக் கொண்டே பேசினா. 'எக்ஸ்க்யூஸ் மீ'ன்னு ராமாஞ்சு உள்ளே போக, நான் சுந்தரியை நேராப் பார்த்து 'கல்யாணம் நிச்சயமாயிடுத்து'ன்னேன்.

'ரொம்ப சந்தோஷம்.'

'நீ மாறவே இல்லை.'

'வெயில் ஜாஸ்தி இல்லை?' ராமாஞ்சு வெளிவந்து தன்னுடைய கார்டைக் கொடுத்துட்டு, 'இதில என் அட்ரஸ் இருக்கு சார்'ன்னார்.

'சரி, வரட்டுமா?'

'வாங்க, ஒய்ஃபை அழைச்சுட்டு வாங்க. அடிக்கடி சுந்தரியை வந்து பார்த்துகிட்டு இருங்க. தனியாத்தானே இருக்கா! வீடு ஞாபகம் வெச்சுக்கங்க. கீப் இன் டச் வித் ஹர்!'

'அவசியமா'ன்னேன்.

சுந்தரி என்னையே பார்த்துண்டிருந்தா. அவ உதட்டோரத்தில் இருந்த லேசான அலட்சியத்தைக் கவனிச்சேன்.

11
ராஜி

உள்ளே சென்றதும், படுக்கையில் உட்கார்ந்ததும், 'ஏன் ரொம்பப் பயந்தா மாதிரி இருக்கே? நான் என்ன பூச்சாண்டியா? நீ படிச்சவ, ப்ரொபஸர், இதெல்லாம் தெரியுமில்லை?'

மௌனமாக இருந்தேன்.

'தெரியாது? பொய் சொல்லாதே, தெரியாது?'

'தெரியாது.'

'இன்னிக்குத் தெரிஞ்சுரும்' என்றார். என் புஜத்தைப் பிடித்தார். தன்மேல் என்னைத் தாழ்த்திக்கொண்டு 'அப்பா, மல்லிகைப் பூதான் என்ன வாசனை! மைசூர்ல உள்ளவா எல்லாருமே வாசனையா இருப்பா போல இருக்கு.'

'மொள்ளப் பேசுங்கோ சம்பத்.'

'கதவு சாத்தித்தானே இருக்கு.'

'இல்லை கேக்கும்.'

'உன் வளையலை விடவா? இதெல்லாமே தங்கமா?'

'ஆமா'

'இத்தனை நகையா வெச்சிருக்கே?'

'சிலது எங்கம்மாது.'

'உனக்குக் கொடுத்துட்டாளா?' என்று என் கண்ணாடியைக் கழற்றினார். நான் அவசரப்பட்டு அதைப் போட்டுக் கொண்டேன். 'செய்யப் போறதுக்குக் கண்ணாடி எதுக்கு' என்றார்.

'பால் பால்' என்றேன்.

'பால் அப்புறம். உன்னை இப்பத்தான் கிட்டத்தில் பார்க்கிறேன். வா, என்ன வெச்சுண்டிருக்கே பார்க்கலாம். பத்து விரல் வெச்சுண்டிருக்கே. தலைல மயிர், பரவாயில்லை. மூக்கில் வைரம், உதட்டில் வெத்தலை பாக்கு. இங்க?' என்றார்.

நான் தாங்க முடியாமல் விளக்கை அணைக்க ஓடினேன்.

இருட்டில் நடந்ததை எழுதுவது நாகரிகமில்லை. விவரிக்க முடியாதபடி அத்தனை குழப்பமாகவும் இருந்தது. சம்பத் ஒரு புயல்தான். எனக்கு அழுகையும், துக்கமும், வேதனையும், சந்தோஷமும், திகட்டலும், விவரிக்க முடியாத பற்பல உணர்ச்சிகள் தோன்றின.

'வளையல் சத்தம் போடறது. கழட்டி வெச்சிரு. கார்த்தாலை போட்டுக்கலாம்' என்றார்.

காலை சம்பத் அயர்ந்து தூங்கிக்கொண்டிருக்க, நான் எழுந்து போய் எல்லாரையும் எழுப்பி, காபி போடச் செய்து, குளித்து விட்டு, வாயில் புடைவைக்கு மாற்றிக்கொண்டு விட்டேன். என்னை நிரப்பி எனக்குள் ததும்பிய இன்பத்தை வைத்துக் கொண்டு என்ன செய்வது என்று பிரமிப்பாக இருந்தது. தங்கத்தில் ஒரு பிழம்பை விழுங்கினது போலாகி விட்டது.

அம்மா, 'எப்படி ராஜி உனக்கு நாளு?' என்றாள்.

'அதெல்லாம் யாருக்கம்மா ஞாபகம் இருக்கு?'

'இல்லை, எதுக்குச் சொல்ல வரேன்னா...'

'ஒண்ணும் சொல்ல வேண்டாம் நீ.'

'வளையல்லாம் எங்கே?'

'அங்க கழட்டி வெச்சிருக்கேன்மா.'

'போடி போ. போய் எடுத்துப் போட்டுண்டு வந்துரு.'

மாடிக்குத் திரும்பி போனபோது சம்பத் சற்று வாய் திறந்து சிறு குழந்தை போலத் தூங்கிக்கொண்டிருந்ததை எனக்கே உரிய காட்சி போல வேடிக்கை பார்த்தேன். வளையல்களை சத்தம் போடாமல் எடுத்துக் கையில் அணிந்துகொண்டு, சம்பத் இன்னும் கொஞ்சம் தூங்கட்டும் என்று விலகும்போது அவர் ஜிப்பாவில் குங்குமம் தீற்றியிருந்தது எனக்குக் கிறக்கமாக இருந்தது. என் தலைப்பூ அவர் இடுப்பில் செருகிக் கொண் டிருந்தது.

'சம்பத் சம்பத்' என்று என் மனசுக்குள் நிறைய தடவை அவரை ஆதங்கத்துடன் கூப்பிட்டுக்கொண்டே, நான் காபி கொண்டு போய்க் கொடுப்பதற்குள் அவரே பூனை போல எழுந்து கீழே வந்து பின்புறத்தில் பல் தேய்த்துக்கொண்டிருந்தார். துண்டு கொண்டு கொடுத்த என்னைப் பார்த்ததும், 'ராஜி, குட் மார்னிங்' என்றார்.

'மார்னிங்.'

'எப்படி இருந்தது' என்றார் பல் தேய்த்துக்கொண்டே.

'சே, கேக்கறதைப் பாரு.'

'என்னோட வேஷ்டியும் பனியன் அண்டர்வேரும் கொண்டு வந்தேன்னா இப்பவே குளிச்சுருவேன். எனக்குக் காலைல சீக்கிரமே குளிச்சுரணும். கொஞ்சம் சோலியிருக்கு. ராஜி இப்படி வா' என்று என்னை சீரியஸாக அருகில் அழைத்து 'கன்னத்தில் என்ன காயம்' என்றார்.

நான் ஓடிப்போக முயற்சிக்க, என்னைப் பற்றி இழுத்து, 'ராஜி நான் உன்னை நேத்திக்கு ஒண்ணு கேட்க மறந்து போயிட்டேன்.'

'என்ன?'

'டிட் யூ டேக் பிரிக்காஷன்ஸ்?'

'என்ன?'

'நேத்திக்குப் பாதுகாப்பா...'

'சேச்சே, அதெல்லாம் எதுக்கு?'

'எதுக்கா? ஏதாவது ஒண்ணு கிடக்க ஒண்ணு ஆயிட்டுதுன்னா?'

'ஆகட்டும்' என்றேன்.

'இதப்பாரு. எனக்கு குழந்தை கிழந்தைக்கெல்லாம் பொறுமை கிடையாது.'

'எனக்குப் பொறுமை இருக்கு. இன்ஃபாக்ட் சம்பத், ஐ வாண்ட் யுவர் சைல்ட். எவ்வளவு சீக்கிரம் முடியுமோ, அவ்வளவு சீக்கிரம்' என்றேன்.

'ஏன், என்ன அவசரம்!'

'அவசரமில்லை சம்பத். அந்தக் குழந்தை அழகா இருக்கும். உங்களைப் போல ஸ்வீட்டா இருக்கும். நான் பாதுகாப்பு ஒண்ணும் எடுக்கப் போறதில்லை. நடக்கிறது நடக்கட்டும். விரும்பி உங்களை ஏத்துக்கறேன் சம்பத். என்னைப்போல அதிர்ஷ்டக்காரி கிடையாது. நீங்க எனக்குக் கிடைச்ச புதையல்! உங்களை எப்படிப் போற்றி வளர்க்கறேன், பார்த்துக்கங்க' என்றேன்.

11
சம்பத்

கல்யாணம் சுமாராப் பண்ணா; அவா பக்கம்தான் ஏக கும்பல். எல்லாருக்கும் மாப்பிள்ளை மாப்பிள்ளைன்னு என்னை ரொம்பப் பெருமையோட அறிமுகப்படுத்தி வெச்சா ராஜி. அவா பிரின்ஸிபால், வைஸ் சான்ஸலர்னு யார் யாரோ வந்தா. எனக்கு வரவேண்டிய ஒருத்திதான் கார்த்தாலை முகூர்த்தத்துக்கு வரலை.

சாயங்காலம் யாரோ ஒரு பொண்ணு டொய் டொய்னு வீணை வாசிச்சுண்டிருக்கா. சுந்தரி வராளா, சுந்தரி வராளான்னு பார்த்துண்டே இருந்தேன். கடைசியில அப்பாடா வந்தா. கிளிப் பச்சைல சுமாரா பார்டர் போட்டுப் பட்டுப் புடைவையும் அதே கலருக்குக் ஏத்தாப்பல கழுத்தை சோக் பண்றாப்பல பச்சைக் கல் மாலையுமாகக் கையில் சின்னதா ஒரு பிரசன்டேஷன் வெச்சுண்டு நேரா என்னைப் பார்க்காம ராஜியைப் பார்த்தா! ஒரு கணம் என்னையும் பார்த்து அழகா சிரிச்சுட்டு, 'கங்ராஜுலேஷன்ஸ்! சந்தோஷமா இருக்கு'ன்னா. ராஜி என்னைப் பார்க்கவே, 'ராஜி, இது சுந்தரி, எங்க ஊர்க்காரப் பொண்ணு. இந்த ஊர்ல இருக்கா. உன் ஹஸ்பண்டு எங்க வேலை செய்யறார் சுந்தரி?'

‘குத்ரேமுக்’

‘ராஜி, சுந்தரி ஏறக்குறைய உறவு மாதிரிதான். அவ்வளவு பழக்கம்’னேன். சுந்தரி என்னைப் பார்க்க மாட்டேங்கறா. வரும் வரும், வேளை வராமயா போயிடும்?

ராஜி சுந்தரியைக் கட்டாயம் சாப்பிட்டுப் போகணும்னு சொன்னது எனக்குச் சந்தோஷமா இருந்தது. அவ டைனிங் ஹால் பக்கம் போறதையே பார்த்துண்டு இருந்தேன். சாப்பிட்டு வெளியில வந்தப்பறம் பந்தல் வாசல்வரை பார்த்துண்டே இருந்தேன். ஒரே ஒரு தடவை அவ என்னைப் பார்த்துட்டு சட்டுன்னு பார்வையை சரிச்சுண்டா. அதிலேயே எனக்கு ஏதோ செய்தி இருக்காப்பல பட்டது.

அன்னிக்கு ராத்திரியே சாந்தி முகூர்த்தம். அப்பாவும் அம்மாவும் சொல்லிட்டா. எனக்கு என்ன போச்சு? நடத்திட்டாப் போச்சு! பேசாம சாப்டுட்டுக் காத்துண்டிருந்தேன். அவா மனுஷாளோட கெக்கபிக்கேன்னு பேசிண்டிந்தேன்.

மாடில ரூம் எல்லாம் குஷியா அலங்காரங்கள் பண்ணியிருந்தா. பன்னீர் செம்பு, மல்லிப்பூன்னு சினிமாவில வர முதல் இரவு மாதிரி ஜோடிச்சிருந்தா. கதவைத் திறந்து பார்த்தேன். மொட்டை மாடி இருந்தது. அங்கே போய் விளிம்பில் நின்னுண்டு மைசூரைப் பார்த்தேன்.

மைசூர்! இங்க வந்துதான் ஆகணும். இந்த நகரத்தில ஏமாத்தப் பட வேண்டியவங்க எத்தனை பேர் இருக்காங்களோ? எனக்காக எங்க எங்க காசு கொடுக்க ஜனங்கள் காத்துண்டிருக்கோ? அதைப் பத்தியெல்லாம் யோசிச்சேன். ஜெயநகர் எந்தத் திசையில இருக்கும்னு யோசிச்சுப் பார்த்தேன். அங்கதான் சுந்தரி இருக்கா. இத்தனை நாழிக்கு வீட்டுக்குப் போய் படுத்திண்டிருப்பா. புழுங்கறதுன்னு மொட்ட மாடில படுத்துக்க உத்தேசம் உண்டோ என்னவோ?

இந்த மொட்டை மாடியைப் பார்த்தேன். மேற்கொண்டு கட்டற துக்கு கான்கிரீட் கம்பியெல்லாம் இருந்தது. முதல் காரியமா வீட்டுக்காரரை மாடி கட்டச் சொல்லணும். கட்டிட்டு சுந்தரி யைக் கொண்டுவந்து இங்க குடி வெச்சுரணும்.

கொலுசுச் சத்தம் கேட்டுத் திரும்பிப் பார்த்தா ராஜி நிக்கிறா. அம்மாவும் பொண்ணும் சேர்ந்துண்டு (சித்தி பொண்ணோ

யாரோ, மதமதன்னு நல்ல கட்டை, அப்புறம் விசாரிக்கணும்) ராஜியை நன்னாத்தான் ஜோடிச்சு அனுப்பிச்சிருந்தா. தாழம் பூவும், மல்லிப்பூவும், அமெரிக்கா செண்டுமா வாசனையா வரா.

'வா இங்கே'ன்னேன்.

'பால்'னா.

'பால் எல்லாம் இருக்கட்டும். வா, ஜெயநகர் எங்க இருக்கு காட்டு'னேன். தெரியாதுன்னா. கை நடுங்கித்து. 'என்னைக் கண்டா பயமா?'ன்னு கேட்டேன். 'உள்ளே போயிடலாம்'னா. 'போலாம். அதுக்குள்ள என்ன அவசரம்'னேன். அவளை, கைலாகா அணைச்சுண்டு உள்ளே போய்ப் படுக்கை மேல உக்கார்ந்ததும் மேலே கைவெச்சேன். நடுங்கறா. 'படிச்சவ, ப்ரொபஸர்தானே, இதெல்லாம் தெரியாதா'ன்னு கேட்டேன். தெரியாதாம். 'தெரிய வைக்கிறேன் பாரு'ன்னு கையைப் புடிச்சு எம் மேலே அவளை வெச்சுண்டேன். 'ஒரே மல்லிகை வாசனை.'

'மைசூர்ல உள்ளவாளே வாசனையா இருப்பாளோ'ன்னு கேட்டேன். பிச்சு ரொம்ப சந்தோஷப்பட்டுது. இவளைப் போய் ஏமாத்தறமேன்னு வயத்திலே துணுக்குன்னுத்து. 'கைவளையல் எல்லாம் தங்கமா'ன்னு கேட்டேன்? ஆறு ஜோடி வளையல் போட்டிருந்தா.

கண்ணாடியைக் கழட்டிட்டுப் பார்த்தா சுமாரா இருந்தா. விரல் தலைமயிர் எல்லாம் உன்னிப்பா பார்த்தேன். பரவாயில்லை. ஆரோக்கியமாகத்தான் இருந்தா. கையெல்லாம் ஸாஃப்டாத் தான் இருந்தது. சுந்தரி கை எப்படி இருக்கும்னு மறந்து போச்சு.

ஓடிப் போய் விளக்கை அணைச்சுட்டா. இருட்டில மூஞ்சி தெரிய லையா, அவ ஒரு பொண்ணு, நான் ஒரு ஆம்பிளைங்கிறதுதான் பிரதானமாப் போயி, அவ பட்டுப் புடைவை எல்லாத்தையும் உருவிட்டு... இத்தனை வயசாகியும் எதெது எப்படின்னு தெரி யாத வளர்ந்திருக்கா ப்ரொபஸர். சொல்ல வேண்டியதாயிடுத்து.

சுந்தரியா இருந்தா என்ன, ராஜியா இருந்தா என்ன, இருட்டிலே எல்லாமே ஒண்ணு; ஒரு மிருகச் செயலுக்குத்தான் கடைசிலே வந்துர்றது. அவளைக் கடிக்கணும்போல அத்தனை ஆத்திரம் வந்தது. சந்தோஷம், வெறி எல்லாம் வந்தது. இவளை உடனே கர்ப்பமாக்கிடணும்னு என்னவோ தோணித்து. வளையல்

ஞாபகம் வந்தது. 'கழட்டி வெச்சுரு சத்தம் போடறது'ன்னேன். கழட்டி தலைகாணிக்கு அடியில் வெச்சது லேசா வெளிச்சத்திலே தெரிஞ்சுது.

நாந்தான் முன்னே சொன்னேனே! எனக்கு அத்தனையா பெண்கள் விஷயத்தில் அனுபவம் கிடையாது. இந்தப் பாவி சுந்தரியையே நினைச்சுண்டு இருந்தனா, அதனால அந்த விவகாரம் ஜாஸ்தி இல்லை. அதுக்குன்னு அந்தப் பக்கமே காலெடுத்து வெக்க லைன்னு சொன்னா அது தப்பு.

ஒரு தடவை டில்லி போயிருந்தபோது ஒரு சேட்டு ஆப்ட்டான். அவனுக்குத் துணை வேண்டியிருந்தது. எங்கேயோ கூட்டிண்டு போனான். கானேவாலி ரெஹனேவாலின்னு ஆர்மோனியம் வெச்சு திண்டு போட்டு இந்தில பாடினாங்க.

சேட்டு செருப்பைக் கழட்டிட்டு தக்கலை உக்காந்துண்டு ஜர்தா போட்டுட்டுப் பாத்திரத்தில துப்பித் துப்பி ரூபா நோட்டைத் தலையைச் சுத்தி விசிர்றான். எனக்கு இதெல்லாம் புடிக்கலை. தேவடியா வீட்டுக்குப் பாட்டு கேக்கவா போறோம்? பாட்டு கேக்கணும்னா ரேடியோ இல்லையா? என்ன சொல்ல வந்தேன்? அனுபவம் இல்லாதவன் இல்லை. ராஜி மாதிரி முழுக்க முழுக்க ஃபர்ஸ்ட் நைட் இல்லைன்னு சொல்ல வந்தேன்.

ராத்திரி அவ தூங்கிப் போனதும் தலைகாணிக்கடியில இருந்து ஒரு ஜோடி வளையலை எடுத்துண்டு பாக்கெட்டில போட்டுண்டுட்டேன். தானாக் கண்டுபிடிக்கிறாளா பார்க்கலாம்.

12
ராஜி

சம்பத் காலை சீக்கிரமே குளித்து விடுவாராம். நல்ல பழக்கம். சம்பத்துக்கு உணவளிக்கும் போது எனக்கு உள்ளமெல்லாம் நிறைந்திருந்தது. கணவன்! என் கணவன்! அவரை உட்கார வைத்து விசிறி, பணிவிடை செய்து அவரையே பார்த்துக் கொண்டிருப்பதில் என்ன ஒரு ஆனந்தம்! அம்மாவும் போட்டி போட்டுக் கொண்டு, மாப்பிள்ளை என்று பரிவாக ஓடி ஆடிச் செய்ய, 'இந்தாத்தில் ஒரு மாசம் இருந்தா பெருத்துப் போயிடுவேன்' என்றார் அம்மா விடம். எங்கள் ப்ளாட்டில் வீடு கட்டுவது பற்றிக் கேட்டார். செலவுக்குத் தன் பணத்தைக் கொடுக்கிறேன் என்றார். என்ன ஒரு நல்ல மனசு!

மத்தியானம் சம்பத் தூங்கினார். காபி கொடுக்கும் போது அவர் அப்பாவையும் அம்மாவையும் இன்னும் கொஞ்சம் நாள் தங்கிவிட்டுப் போகும் படி சொல்லச் சொன்னேன். மறுத்து விட்டார். 'அவர்கள் உடம்பு முடியாமல் இருக்கும்போது தான் நம் உதவி அவர்களுக்குத் தேவைப்படும். இப்போது ஆரோக்கியமாக இருக்கும்போது தனியாக இருக்கட்டும். வயசான காலத்தில் அவர்களை அழைத்து வைத்துக் கொள்ளலாம்'

என்றார். என்ன ஒரு முதிர்ச்சி! ஓ சம்பத், உங்களை அடைவதற்கு நான் என்ன பாக்கியம் செய்தேன்! 'சம்பத், நான் சம்பாதிக்கிறது போதும்! எனக்கு சென்னை மாற்றல் ஆவது கஷ்டம். வேலையை விட்டுவிட்டு மைசூருக்கே வந்துவிடுங்கள். நான் உங்களைப் பார்த்துக்கொள்கிறேன்' என்றேன். 'இல்லை, இங்கேயே ஒரு கன்ஸல்டன்ஸி ஆரம்பித்து விடுங்கள்' என்றேன்.

'பார்க்கலாம்' என்றார்.

சாயங்காலம் சொந்த வேலையாக வெளியே போய்விட்டார். அவரை விட்டு ஒரு கணம் பிரிவதும் எனக்கு வருத்தமாக இருந்தது. சம்பத்தை அப்படியே பொம்மை போல ஆக்கிக் கைப்பைக்குள் வைத்துக்கொண்டு அடிக்கடி எடுத்துப் பார்த்துக் கொஞ்சவேண்டும்போல இருந்தது. அத்தனை ஆசை என்னுள் பிரவாகித்தது.

சினிமாவுக்கு அழைத்துச் சென்றார். கணவனுடன் முதல் சினிமா. திரை வெளிச்சத்தில் அவரையே பார்த்துக் கொண்டிருந் தேன். அத்தனை சந்தோஷத்தின் நடுவில் ஒரு சின்ன உறுத்தல். சாயங்காலம் சம்பத் வெளியே போயிருந்தபோது அம்மா அடைக்கு நனைத்து வைத்து என்னை அரைக்கச் சொன்னாள்.'

'எல்லாம் உன் ஆம்படையானுக்குத்தான். அடை புடிக்குமாம். மாமி சொன்னா.'

'ஆம்படையான்!'

அரைத்துக்கொண்டிருக்கும்போது கை வளையல்கள் சப்திக்க அதை ஒதுக்கிக்கொண்டேன். அப்போது அம்மா கவனித்து, 'ராஜி கையைக் காட்டு' என்றாள்.

நான் என் மருதோன்றிக் கைகளைக் காட்ட 'எத்தனை வளையல் இருக்கு பாரு?'

'ஏம்மா?'

'இல்லை, எத்தனை வளையல் பாரு?'

'அஞ்சு' என்று எண்ணிப் பார்த்தபின் சொன்னேன்...

'ஆறு ஜோடின்னா போட்டிருந்தேன்!'

'என்னம்மா, இல்லைம்மா... சரியாப் பாரு.'

'இல்லைடி, நிச்சயம் எனக்குத் தெரியும், ஆறு ஜோடி. அந்தக் கையைப் பாரு...'

இடது கையிலும் அஞ்சு வளையல்கள்தான் இருந்தன. எனக்கு வியப்பாக இருந்தது.

'எங்கயாவது கழட்டி வெச்சியா?'

'ராத்திரி படுக்கைக்கடில கழட்டி வெச்சேன்' என்றேன் வெட்கத் துடன். 'கார்த்தாலை எடுத்துப் போட்டுண்டு வந்துட்டேனே!'

'என்னடிது! யார் எடுத்திருப்பா? வேலைக்காரி மாடி பெருக்கற துக்குப் போனாளே, எப்ப?'

'யாருக்கும்மா தெரியும்?'

'யாருக்குத் தெரியுமா? ஒண்ணரைப் பவுண்டி. இப்படிப் பறி கொடுத்துட்டு வந்து நிக்கறியே!''

'அஞ்சா, ஆறா, அதுவே எனக்குக் குழப்பமா இருக்கும்மா.'

'ஆறுதான். எனக்குத் தெரியாதாடீ? நான்தானே ஜுவல்லர்ஸ்ல ஆர்டர் கொடுத்துப் பண்ணி வாங்கி வெச்சுண்டேன். ரசீதுகூட இருக்கு.'

'எங்க போயிருக்கும் பின்ன?'

'முத்தம்மாதான் எடுத்திருக்கும். இரு, இரு. இதையெல்லாம் நைச்சியமாக கேக்கணும்.'

முத்தம்மா கூடம் பெருக்க வந்தபோது, 'முத்தம்மா, மாடியை எப்ப பெருக்கினே?'

'காலைலதாங்களே.'

'ரூமுக்குள்ளல்லாம் பெருக்கினியா?'

'பெருக்கினேங்க.'

'அம்மா வளையல் ஏதாவது பாத்தியா?'

'கண்ணாடிங்களா?'

‘இல்லை தங்கம், எங்கேயாவது கீழ கிடந்ததா பாத்தியோ?’

‘இல்லையம்மா, அய்யோ?’

அம்மாவுக்கு வேலைக்காரிகளிடம் பேசுவதற்கு என்று தனிப் பட்ட குரல் உண்டு. கொஞ்சம் கொஞ்சல், கொஞ்சம் அதட்டல், கொஞ்சம் பயமுறுத்தல், ‘பாரு முத்தம்மா, எடுத்து வச்சிருக்கி யோல்லியோ, சமத்தோல்லியோ, எங்க வெச்சிருக்கே, அலமாரிலயா? எங்க அதை எடுத்துக் கொடுத்திடு பார்க்கலாம்! அம்மா வந்தாக் கொடுக்கலாம்னு தனியா எடுத்து வெச்சிருக் யோடி சமத்துக்குட்டி?’

‘அய்யோ இல்லைம்மா.’

‘வீட்டுக்கு மறந்துபோய் எடுத்துண்டு போயிட்டியா?’

‘இல்லம்மா.’ அவள் குரலில் அழுகை இருந்தது.

‘எதுக்குப் போலீஸ்காரன்ட்டல்லாம் சொல்லி, அவா வந்து, நகத்தில ஊசி குத்தி?’

‘அய்யோ! அம்மா... ஏழைங்கம்மா நான், அந்த வளவி கருப்பா சிவப்பான்னு பாத்தில்லைம்மா. என்னம்மா இப்படி அபாண்டமாச் சொல்லறிங்க? ராஜிம்மா, சொல்லுங்க.’

‘அம்மா, அவளை இப்ப விட்டுரும்மா.’

‘உனக்குத் தெரியாதுடி இது. திருட்டுக்கொட்டு, மாவு மெஷினுக்குக் காசு எடுத்ததெல்லாம் தெரியாதுன்னு நினைச்சுண்டிருக்கியா? முத்தம்மா, போட்டன்னா பாரு மண்டைமேல.’

‘இந்த மாய்மாலம் எல்லாம் என்கிட்ட செல்லாது.’

‘அம்மா, எதுக்கும் சம்பத் வரட்டும். அவர் விசாரிச்சு அவர் சொல்றபடி கேட்போம்.’

‘மாப்பிள்ளை அய்யரு பெரிய உத்யோகஸ்தரு. போலீஸ்ல இருந்தவரு. பொய்யைக் கண்டுபிடிச்சுருவார். அவர் வரட்டும்.’

‘அய்யோ ஆத்தா, எம்மாடி!’

சம்பத் உள்ளே வந்து, ‘இது என்ன ரகளை?’ என்று கேட்டார்.

12

சம்பத்

அஞ்சு ஜோடிக்கும் ஆறு ஜோடிக்கும் வித்தியாசம் தெரியறதா பார்க்கலாம். கண்டு பிடிச்சுட்டா விளையாட்டுக்கு எடுத்துண்டேன்னு சொல்லிடலாம். இல்லை, வித்து செலவழிச்சுக்கலாம். பண முடையா, கல்யாணத்தில் ஜாஸ்தி செலவாயிப் போடுத்து, மெட்ராஸ்ல கொடுத்த செக்கு ஒண்ணு பவுன்ஸ் ஆயிருக்கு. இங்க பாங்க் மாத்திப் புது அக்கவுண்ட்ஸ் ரெண்டு ஓப்பன் பண்ணிக்கணும்.

எந்த ஊர்லயும் நான் ரெண்டு பாங்கில அக்கவுண்ட் ஓப்பன் பண்ணிப்பேன்.

கார்த்தாலே காபி கொண்டுவந்தா.

'வேஷ்டி பனியன் எல்லாம் கொண்டு வந்துரு. சீக்கிரமே குளிச்சுப் பழக்கம்'ன்னு சொன்னேன். 'பாதுகாப்பு ஏதாவது நேத்திக்குச் செஞ்சியா'ன்னு கேட்டேன். 'இல்லை, உன் குழந்தை எனக்கு வேணும்'னா. சரி கொடுத்துட்டாப் போறது. இதைவிட எளிதானது ஏதாவது இருக்க முடியுமா? 'நான் ரொம்ப அதிர்ஷ்டக்காரி. நீங்க எனக்குக் கிடைச்ச புதையல்'னா. 'நீதாண்டி எனக்குக் கிடைச்ச புதையல்'னு நினைச்சுண்டேன்.

வளையல் எல்லாம் கைல போட்டிருண்டிருந்தா. அப்படின்னா நான் தூங்கிண்டு இருக்கிறப்ப திரும்பி வந்து எடுத்துப் போண்டிருக்கா. சரிதான். ஒரு ஜோடி மிஸ்ஸுங்கிறதை நோட் பண்ணியிருக்க மாட்டா, கொஞ்ச நாள் கழிச்சுத்தான் கண்டு பிடிப்பா. வளையல் நம்முதுதான்னு ஆயிடுத்து. முக்கா முக்கா பவுன் இருக்கும்…

குளிச்சுட்டு, பரிவா சாப்பாடு போட்டா. எனக்கு பல காய் எல்லாம் போட்டுப் பெரிய எலைல சாப்பாடு. சம்பத் நீ குடுத்து வெச்சவண்டா. உனக்குன்னு எல்லாம் செய்துகொடுக்க ஒரு விசுவாசமான மனைவி கிடைச்சாச்சு. இனிமே என்ன? உக்காந்துண்டு கார்வார் பண்ணவேண்டியதுதானே! மாமியார்க் காரியைக் கேட்டேன். 'மாடில நிறைய எடமிருக்கே! விஸ்தாரமா மாடி கட்டிடலாமே'ன்னேன்.

'இது சொந்த வீடில்லை'ன்னா. அப்பத்தான் ஞாபகம் வந்தது. இவாளுக்கு ப்ளாட்தான் எங்கேயோ இருக்கு; சொந்தமா வீடு கிடையாதுன்னு. 'சரி, அந்த வீட்டை எப்பக் கட்டப் போறேள்?'ன்னு கேட்டேன்.

'அதுக்கெல்லாம் இப்பப் பணம் இல்லை. கல்யாணச் செலவே ஆயிடுத்து'ன்னா.

'அதுக்கென்ன? நான் முன்பணமாகத் தரேன். இதென்ன ஒண்ணரை லட்ச ரூபா பிச்சைக் காசு'ன்னேன். 'சம்பத் கொஞ்ச நேரம் படுத்துக்கோங்கோ!'

'மாடில புதுசா ராலி ஃபேன் எனக்குன்னு வாங்கிப் போட்டிருந்தா. என்னை ரெண்டு பேரும் ஒரு துரும்பை அசைக்க விடலை. மத்தியானம் நன்னாத் தூங்கினேன். காபியை கெட்டியா சேறுபோலப் போட்டுக் கொண்டு வந்தா.

'அப்பாவும் அம்மாவும் ராத்திரி ஊருக்குப் போறதாச் சொல்றா. அவாளை இருக்கச் சொல்லுங்களேன் சம்பத்து'ன்னா.

'இருக்கறதுன்னா எத்தனை நாளைக்கு?'ன்னு கேட்டேன்.

'எத்தனை நாளைக்கு வேணா. இல்லை பர்மனண்ட்டான்னா இருக்கட்டும். பாவம், அவாளுக்கு உங்களை விட்டா வேற யார் இருக்கா?'

'அப்படின்னா நான் பர்மனண்ட்டா மைசூர்ல இருக்கிறதாத் தீர்மானம் பண்ணிட்டியா?'

'சம்பத், நான் சம்பாதிக்கிறது எல்லாருக்கும் போதும். எனக்கு மெட்ராஸ் மாத்தல் கிடைக்கிறது கஷ்டம். உங்களுக்கு மைசூர் மாத்தலானா சரி. இல்லை. வேலையை விட்டுருங்கோ.'

'வேலையை விட்டுட்டு வீட்டிலேயே இருக்கிறதா? அது என் ரத்தத்திலேயே இல்லையே! என்னால ரெண்டு காரியம் முடியாது! பொய் சொல்ல முடியாது. ஒரு நிமிடம் ஐடிலா இருக்க முடியாது!'

'அப்ப இங்கேயே ஏதாவது வேலை பாருங்கோ, இல்லை நீங்களே ஒரு கன்ஸல்டன்ஸி ஆரம்பிச்சுருங்களேன்.'

'அது ஐடியா. யோசிச்சுப் பார்க்கறேன். அப்பா அம்மா இப்ப ஊருக்குப் போய் இருக்கட்டும். ரெண்டும் பேரும் ஹெல்த்தியா இருக்கிறவரைக்கும் தனியா இருக்கட்டும். அப்புறம் அவாளுக்கு உடம்பு முடியாதபோதுதான் நம்ம ஹெல்ப் தேவைப்படும்'னேன்.

'அதுகூட வாஸ்தவம்தான்.'

சாயங்காலம் அந்த வளையலைக் கொண்டுபோய் மார்க்கெட்டில எடை போட்டுக் கொண்டு வந்தேன். இன்னும் யாரும் வளையல் குறைஞ்சிருக்கிறதைக் கவனிக்கலை.

13

ராஜி

அம்மா எழுந்து தலையைப் போர்த்திக் கொண்டாள்.

'ஒண்ணுமில்லை சம்பத், என் கைல எத்தனை ஜோடி வளையல் இருந்தது?'

'ஆறு ஜோடி, ஏன்?'

'கவனிச்சிருக்கீங்களே! பரவாயில்லையே! அப்படின்னா ஒரு ஜோடியைக் காணோம்.'

'அப்படியா?'

'முத்தம்மா ஒருத்திதான் மாடிக்குப் போய்ப் பெருக்கியிருக்கா. இவதான் எடுத்திருக்கா. திருட்டுக்கொட்டு.'

அவள் தரையைத் தட்டி அழுதாள்.

'ஏய்! எழுந்திரு' என்றார் சம்பத். 'கண்ணைத் துடைச்சுக்கோ, எழுந்திருன்னா... அழுகையை நிறுத்து. போ, உன் வேலையைப் பாரு.'

'அய்யா, நான் எடுக்கலைய்யா.'

'நீ எடுக்கலைதான் போ, போய் வேலையைப் பாரு.'

அவள் புறக்கடைப் பக்கம் போனதும், 'இந்தப் பிசாத்தை யெல்லாம் இந்த மாதிரி கேட்கக் கூடாது. எங்கிட்ட விடுங்கோ. நாளைக்குக் காலம்பறக்குள்ள பொருள் வந்து சேர்றதா, இல்லையா பாருங்கோ. எல்லாத்துக்கும் ஒரு மெத்தடு இருக்கு. ராஜி, நீ நகை விஷயத்தில கொஞ்சம் ஜாக்கிரதையா இருக்கணும். இவாளெல்லாம் ஏழை. இவாளுக்கு டெம்ப்டேஷன் கொடுக்கக் கூடாது.'

'நீங்கதானே சம்பத் கழட்டி வெக்கச் சொன்னீங்க.'

'காலைல எழுந்த உடனே போட்டுண்டிருக்கலாமில்லையா? ஏழை ஜனங்களுக்கு டெம்ப்டேஷன் கொடுக்கறது நம்ம தப்புதான். என்னம்மா சொல்றீங்க?'

'வாஸ்தவம்தான் மாப்பிள்ளை. எங்க ராஜி எல்லாத்திலயும் இப்படி அசிரத்தையாகத்தான் இருப்பா. நீங்கதான் இவளை நேர்ப்படுத்தணும்.'

'எல்லாம் நான் பார்த்துக்கறேன். கவலைப் படாதீங்கோ' என்று என்னைப் பார்த்துக் கண்ணடித்துச் சிரித்தார். என் ரத்தம் அத்தனையும் முகத்தில் பாய்ந்துகொண்டது. இந்தக் கண்ணடிப் புக்காகக் கை வளையல் அத்தனையும் கொடுத்து விடலாமே!

'காத்தாலைக்குள்ள வளையல் எல்லாம் வந்துரும் பாருங்கோ. அதுக்கெல்லாம் ஒரு ட்ரிக் இருக்கு' என்று மாடிக்குப் போன சம்பத்தை இருவரும் கண் கொட்டாமல் பார்த்துக் கொண்டிருந் தோம்.

'எப்படிக் கொண்டு வருவாராம்?'

'பண்ணிடுவார்ம்மா? பார்த்துண்டே இரேன். அவர் பேச்சுக்கு மயங்காதவா யாரும் இருக்க முடியாது.'

'ஜெகஜ்ஜாலப் புரட்டர்டி இவர். எங்கிருந்து வந்து வாய்ச்ச மாப்பிள்ளையோ!'

'சொன்னபடி மறுதினம் சம்பத் அந்த வளையல் ஜோடியைக் கொண்டு வந்து விட்டார். ஆச்சரியத்தில் பிரமித்துப்போய், 'எப்படி சம்பத்?' என்றேன்.

'எல்லாரையும் கேக்கற விதத்தில கேட்டா வலது கையைக்கூட வாங்கிடலாம். அந்தப் பொண்ணுதான் எடுத்திருக்கு. அப்படிப்

போலீஸ் கீலிஸ்னு பயப்படுத்தக் கூடாது. சின்னது! பாவாடைத் துணி, கடலை மிட்டாய், கல்லு வளை ஏதும் வாங்கித் தரலை. சும்மா அதைக் கூட்டு வெச்சிண்டு கொஞ்சம் பேசினேன். அவ்வளவுதான். கக்கிடுத்து. நீ கார்த்தாலை வளையலை வந்து போட்டுண்டியோல்லியோ. அவசரத்தில தனியாக் கிடந்த ஒரு ஜோடியை விட்டிருக்கே, நீயும் ஜாக்கிரதையா இருக்கணும் தெரியுமா?'

'சம்பத்! உங்க பேச்சுக்கு மயங்காதவா உலகத்தில இருக்கவே முடியாது!'

'தப்பு! எல்லாரும் மயங்கறதில்லை ராஜி! இன்னிக்கு என் ஃபிரண்ட்ஸ் சில பேர் ஆத்துக்குப் போகலாம்.'

'நீங்க என்ன சொல்றீங்களோ, அது வேத வாக்கு.'

'முதல்ல ராமாஞ்சம் வீட்டுக்குப் போகலாம். அவர் குத்ரமுக்கில இருந்து வந்திருப்பார்; கல்யாணத்துக்குக் கூட வர முடியலை.'

'ராமாஞ்சம் யாரு?'

'அதான் சுந்தரின்னு எங்க ஊர் அம்மா ஒருத்தி...'

'அம்மாவா! இளமையாகத்தான் இருந்தாப்பல இருந்தாங்க.'

'அப்படியா! நான் சரியாக் கவனிக்கவில்லை. ஆனா போய்ப் பார்த்துட்டு வந்துரலாம். இல்லைன்னா அப்பா தப்பா நினைச்சுப் பார். அவருக்கு அவ அப்பா ஏறக்குறைய பிரதர் மாதிரி.'

'போலாம் சம்பத். அவாளுக்கு ஏதாவது வாங்கிண்டு போக லாமா? வீட்டில குழந்தை கிழந்தை இருக்கா?'

'எனக்கே தெரியாது. இதெல்லாம் ஒரு டூட்டி மாதிரி செய்ய வேண்டிய கடமைகள்.'

சம்பத் பிரமாதமா டிரஸ் பண்ணிக்கொண்டு வந்தார். சிமெண்ட் கலர் ஸஃபாரி ஸூட் அவருக்கு ரொம்பப் பொருத்தமாக இருந்தது. லேசாக அவர் மேல் ப்ரூட் தெளித்து விட்டு, காலரைச் சரி பண்ணி, தள்ளி வாரிவிட்டு, 'உங்களைப் பார்த்தா பயமா இருக்கு!' என்றேன்.

'ஏன்?'

'போற வர பொம்மனாட்டிங்கள்ளாம் உங்களைப் பார்த்தா எனக்குப் பொறாமையா இருக்கும்.'

'சான்ஸே இல்லை. வா.'

ஆட்டோ பிடித்துக்கொண்டு ஜெயநகரில் அந்த ராமானுஜம் வீட்டுக்குப் போனோம். அவர் குத்ரேமுக்கிலிருந்து வரவில்லை யாம். அவர் மனைவி சுந்தரி என்பவள் மட்டும் இருந்தாள்.

இவள் என் கல்யாணத்துக்கு வந்திருக்கிறாள். அந்த அழகான முகம் சட்டென்று ஞாபகம் வந்தது. சுந்தரியின் மிரண்ட விழி களும், அடக்கமும், பயந்த சுபாவமும், பணிவும், எனக்கு ரொம்பப் பிடித்துப்போய், சுந்தரியை அடிக்கடி பார்க்கப் போகிறோம் என்று தோன்றிவிட்டது.

அழகான பெண்தான், அவள் கணவன் கொடுத்து வைத்திருக்க வேண்டும். சம்பத்தின் மேல் கொஞ்சம் ஆதங்கம் ஏற்பட்டது. சந்தர்ப்பங்கள் வேறுவிதமாக இருந்தால் ஒருவேளை இந்தப் பெண்ணை அவர் கல்யாணம் செய்துகொண்டிருக்கலாம்! ஜோடிப் பொருத்தம் கச்சிதமாக இருந்திருக்கும். ஆனால் சம்பத் என் சம்பத்! அவர் இப்படி யோசிப்பார் என்றில்லை. உலகத்தில் அதிர்ஷ்டம் என்று ஒன்று இருக்கிறதல்லவா? மேலும் ராமானுஜம் அவளுக்கு ஏற்ற கணவனாகவும் இருக்கக்கூடும். நாங்கள் கொண்டு போயிருந்த பிஸ்கட்டைப் பார்த்துத் திகைத்து 'யாருக்கு' என்றாள்.

'சுந்தரி, உங்களுக்குக் குழந்தைகள் இருக்கிறதா நினைச்சேன். ஸாரி!'

'பரவால்லை, நான் சாப்பிடறேன்!' என்று லேசாகச் சிரித்தாள். 'எனக்குக் கை கால் பதர்றது' என்று உள்ளே போனாள்.

சம்பத், 'தனியா இருக்கா, கிச்சன்ல ஹெல்ப் பண்றேன்' என்று உள்ளே சென்றார்.

13
சம்பத்

எனக்கு ஒண்ணு தோணித்து. நம்ம மேல நல்ல நம்பிக்கை வரதுக்கு அவகிட்ட, இந்த மாதிரி உன்னைப் பரீட்சை பண்ணிப் பார்த்தேன்னு வளையலைத் திருப்பிக் கொடுத்திடலாம்னு யோசிச்சேன். பார்க்கலாம். அதைப் பத்தி அப்புறம் யோசிக்கலாம். எத்தனை நாளைக்குக் கவனிக்காம இருக்கா பார்க்கலாம்னுட்டு, சுந்தரியைப் பார்க்கலாம்னு ஆட்டோல ஏறினேன். சே! கல்யாணம் ஆன ரெண்டாவது நாளே அவளைத் துரத்திண்டு போகவேண்டாம்னு தோணித்து. பஜார்ல சுத்துமுத்தும் பார்த்துண்டே வந்தேன். எங்கேயாவது ஷகரான இடத்தில் ஆபீஸ் போடலாம். ஃபினான்சியர்ஸ்னு ஏதாவது ஆரம்பிக்கலாம். சிட் பண்டு மாதிரி க்விக்கா பணம் பண்ற பிஸினஸ் கிடையாது. அதைவிட பத்திரச் சீட்டுன்னு ஏதாவது ஆரம்பிச்சா பணம் புரண்டுண்டே இருக்கும். எல்லாத்தையும் யோசிக்கலாம்.

முதல்ல இந்த சுந்தரியைப் பக்கத்திலே கொண்டு வெச்சுக்க ஏதாவது வழி பண்ணணும். ராமாஞ்சு, ‘வீட்டுக்காரன் தொல்லை ஜாஸ்தியா இருக்கு, வீடு பார்த்துக் கொடு’ன்னு சொல்லியிருக்கான்.

அதனாலே ராஜிகிட்டேயே இந்த தெருவில் ஏதாவது ஏற்பாடு பண்ணச் சொல்லிக் கேக்கணும்னு தீர்மானிச்சேன். முதல்ல ராஜியை சுந்தரி வீட்டுக்கு அழைச்சிண்டு போயி ரெண்டு பேருக்கும் சினேகம் பண்ணி வெக்கணும். அது முக்கியம். இவ அவளை ஏத்துக்கணும். அவ இவளை ஏத்துக்கணும். அதுதான் எனக்குச் சௌகரியம்.

ஹனிமூன் பத்திப் பேச்சே எடுக்கலை. ப்ரொபஸர் வந்து திரும்பி காலேஜ் போய் லீவை எக்ஸ்டெண்ட் பண்ணட்டுமான்னா. நான் 'வேண்டாம், சேந்துரு'ன்னுட்டேன். 'நீங்க எது சொன்னாலும் செய்யறேன் சம்பத்'னா. சாயங்காலம் அவளை சினிமாவுக்கு அழைச்சுண்டு போனேன். கன்னடம் நன்னாப் புரியறது. நல்ல ரெஸ்டாரெண்டுக்குப் போய் ஐஸ்க்ரீம் வாங்கிக் கொடுத்து டின்னர் எல்லாம் சாப்பிட்டுட்டு சீக்கிரமே படுத்துக்கலாம் னுட்டேன். அவ அப்படியே ரத்தமாக் கன்னத்திலே சிவந்து போயிட்டா.

வளையல் ஒரு ஜோடி குறைஞ்சிருக்கிறதை இத்தனை சீக்கிரம் கண்டுபிடிப்பான்னு எண்ணலை. வீட்டுக்குத் திரும்பி வந்தா, அம்மாவும் பொண்ணுமா வேலைக்காரியைத் தாட்டு தாட்டுன்னு தாட்டிண்டிருக்கா. அது 'பூ'ன்னு அழுதிண்டிருக்கு. அதை அனுப்பிச்சுட்டு, 'இந்த பிசாத்தையெல்லாம் கேக்கற விதத்திலே கேக்கணும். நாளைக்கு காலம்பரக்குள்ள பொருள் வந்து சேர்றதா இல்லையா பாரு'ன்னு, அப்போதைக்கு நிலை மையைச் சமாளிச்சேன். ப்ரொபஸர் எங்கேயாவது போலீஸ் கீலீஸ்னு போயிட்டா அவங்க வந்து அடிமடில கைவெச்சுரு வாங்க. டேஞ்சர்னு யோசிச்சேன். பேசாம வளையலைத் திருப்பிக் கொடுத்துரத்தான் தீர்மானிச்சேன். வேலைக்காரி ஓசைப் படாமக் கொடுத்துட்டான்னு சொல்லிக் கொடுத்துறதாத்தான் இருந்தேன்.

யோசிச்சேன். இன்னொரு ஐடியா தோணித்து, எதுக்காக ஒரிஜினலையே திருப்பிக் கொடுக்கணும்? அதே மோஸ்தர்ல இன்னொரு ஜோடி கவரிங் கிடைக்காதா? புதுசுல எல்லாம் தங்கம் போலத்தான் இருக்கப்போறது. இவ என்னைக்குமே வளையலை மாட்டிண்டா இருக்கப்போறா? ரெண்டு நாள் போட்டுண்டு பீரோவிலேயோ, லாக்கர்லயோதானே வெக்கப் போறான்னுட்டு, கொச்சின் ஜொல்ரிஸ்னு ஒரு கடைக்குப்போய் அதே மாதிரி ஒரு வளையல் வாங்கிண்டு வந்து திருப்பிட்டேன்.

‘எப்படி சம்பத்?’ன்னா, வாயில ஈ பூந்தது தெரியாம.

‘எல்லாரையும் கேக்கற விதத்தில் கேட்டா வலது கையைக்கூட வாங்கிடலாம்; அந்தப் பெண்ணைக் கூட்டி வெச்சிண்டு பேசினேன். அவ்ளவ்தான்’னு சமாளிச்சேன். ரெண்டு பேருக்கும் ரொம்ப சந்தோஷம். மாப்பிள்ளையைப் போல சாமர்த்தியம் உண்டான்னா. மூஞ்சில பல்பு எரியறது. பெண்டாட்டியைக் கூட்டிண்டு ராமாஞ்சத்தைப் பார்க்கலாம்னு சொல்லிட்டு சுந்தரியைப் பார்க்க அழைச்சுண்டு போனேன்.

கல்யாணம் ஆயி புதுசா வந்திருக்கோம். உற்சாகமா ஓடி ஆடிக் காரியம் செஞ்சா. ரெண்டு பேருக்கும் ஒருத்தரை ஒருத்தர் ரொம்பப் புடிச்சுப் போச்சு. ‘உனக்கு நான் ஒத்தாசை பண்றேன். எனக்கு நீ’ன்னு இழையறாளுக. எனக்கும் உற்சாகமாயிடுத்து. சுந்தரிக்கு உதவி பண்றாப்பல கிச்சன்ல ஹெல்ப் பண்றேன்னு உள்ளே போய்ப் பார்த்தேன். சுந்தரி ஆட்சேபிக்கலை. கல்யாணம் ஆனதால ஒரு விதமாக அனுமதி கிடைச்சுர்றது, ஒரு விதமான சலுகை.

14
ராஜி

சம்பத் அந்தப் பெண் சுந்தரியிடம் சரளமாகப் பழகுவது எனக்குச் சந்தோஷமாக இருந்தது. மற்ற மனைவிகள் சந்தேகப்படுவார்கள். நான் ஏன் சம்பிரதாயமாக, சினிமாத்தனமாக சந்தேகப் படவேண்டும்.

சம்பத் எனக்கே எனக்கு உரியவர். அவர் மற்ற பெண்களை விகல்பமாகப் பார்க்கவே மாட்டார். எனக்கு நம்பிக்கை இருக்கிறது. சம்பத்துக்குப் புற அழகு என்பது ஒரு பொருட்டல்ல. அவர் மனசுக்குள் விகசிக்கும் அழகைத்தான் பார்க் கிறார். அதற்காகத்தான் என்னைக் கல்யாணம் செய்து கொண்டார்.

அந்த சுந்தரியை அவர் சிரத்தையாக கவனித்துக் கொள்வது சொந்த ஊர்க்காரி என்பதால். அந்தப் பெண்ணை எனக்கு ரொம்பப் பிடித்துப் போய் விட்டது. அவள் கண்களில் எப்போதுமே ஒரு மிரட்சி இருந்தது. சம்பத்தை ஏறிட்டுப் பார்க்கவே தயங்கினாள். அடக்கமான பெண். கண்ணுக்கு நேர்த்தியாக இருந்தாள்.

அவளுக்காக நான்தான் அடுத்த கிராஸில் சொல்லி வைத்து வீடு பாதி கட்டியிருக்கும்போதே

அட்வான்ஸ் கொடுத்து சம்பத் மூலம் ஏற்பாடு பண்ணச் சொன் னேன். இதற்கிடையில் அந்த இனிப்பான செய்தி கிடைத்தது.

கொஞ்ச நாளாகவே நாஸியாவாக இருந்திருக்கிறது. தலை வலியால் என்று குழம்பிக்கொண்டு சுய வைத்தியம் பார்த்துக் கொண்டேன். அம்மாதான், 'எப்போது குளித்தாய்?' என்று கேட்டதில், 'அட, இப்படி ஒரு சாத்தியம் இருக்குமோ?' என்று பட்டது.

உடனே லேடி டாக்டரிடம் கொண்டு காட்டினதில் அவள் டெஸ்ட் எடுத்து கன்ஃபர்ம் செய்துவிட்டாள். எனக்கு ரொம்ப சந்தோஷமாக இருந்தது. சம்பத்திடம் சொன்னதில், துணுக் குற்றுக் கலைத்துவிடலாம் என்று சொன்னார். மாட்டவே மாட்டேன் என்று சொல்லிவிட்டேன்.

சுந்தரியும் ரொம்ப சந்தோஷப்பட்டாள். அவள் வெக்கேஷனுக்கு புருஷனுடன் இருக்கப் போய்விட்டாள். பாவம், வருஷத்தில் பெரும்பாலும் புருஷனை விட்டுப் பிரிந்து இருக்கிறாள்.

எனக்குப் பாருங்கள்... சம்பத் தன் மெட்ராஸ் வேலையை விட்டு விட்டு என்னுடன் இருப்பதற்கென்றே மைசூரில் சொந்த பிஸினஸ் தொடங்கச் சம்மதித்து வந்திருக்கிறார். சம்பத்தை எப்படிப் புகழ்வது என்றே தெரியவில்லை.

'பிஸினஸ் முதன் முதலில் முன்னே பின்னேதான் இருக்கும். நீங்கள் தாராளமாக என் பணத்தைப் போட்டுப் புரட்டிக் கொள்ளலாம்' என்று சொல்லிவிட்டேன். இரண்டு பேருக்கும் ஜாயிண்ட் அக்கவுண்ட் ஏற்பாடு பண்ணிட்டேன்.

சுந்தரி என் பிரசவத்தின் ஆரம்ப நாட்களில் ரொம்பவும் வீட்டுக்கு வந்து உதவினாள். நான் ஒரு நாள் கேட்டு விட்டேன். 'சுந்தரி, உனக்குத்தான் கல்யாணம் ஆகி நாலு வருஷம் ஆகிவிட்டதே! ஏன் ஒரு குழந்தையைப் பெற்றுக்கொள்ள வேண்டியதுதானே? எதற்காகத் தள்ளிப் போட்டுக்கொண்டே போகிறீர்கள்?' என்றேன்.

சுந்தரி உடனே அழ ஆரம்பித்து விட்டாள். எனக்கு ஒரு மாதிரி ஆகிவிட்டது. என்ன சமாசாரம் என்று விசாரித்தால், 'அக்கா, இதை நீங்கள் ஒருத்தரிடமும் சொல்லக்கூடாது' என்று சத்தியம் வாங்கிக்கொண்டு, தன் கணவனைப் பற்றி, அவன் இயலாமை யைப் பற்றிச் சொன்னாள்.

ஷாக்கிங்காக இருந்தது. நான் சமாதானப்படுத்தினேன். வாழ்க்கையில் மேலும் பற்பல விஷயங்கள் உள்ளன என்று என்ன எல்லாமோ சொல்லிப் பார்த்தேன். என் வயிற்றைத் தொட்டுப் பார்த்துக்கொண்டேன். நான் எத்தனை அதிர்ஷ்டக்காரி.

சுந்தரி விஷயத்தை சம்பத்திடம் சொல்லலாமா, வேண்டாமா என்று மனத்துக்குள் ரொம்ப நேரம் விவாதித்துப் பார்த்தேன். சம்பத் என் கணவர், கணவரிடமிருந்து மனைவி எதையும் மறைக்கக் கூடாது என்று சம்பத்திடம் அதைச் சொன்னேன்.

சற்று நேரம் திகைத்துப் போய்விட்டார். அதன் பின், 'என்ன செய்வது, அவரவர் விதி அப்படி?' என்றார். 'நான் அப்படி யில்லை' என்றார். கண் சிமிட்டுக்கொண்டே 'வேலை சுத்தம்' என்றார்.

நான் சம்பத்தைக் கண்ணால் கடிந்துகொண்டு 'டோன்ட் பி க்ரூயல்' என்றேன்.

அந்த நாட்கள் எனக்கு அசதியாக நகர்ந்தன. என் வயிறும் மார்பும் பெரிசாகிக் காணவர, கப்பல் போல மெல்லத்தான் நகர்ந்தேன். பதினைந்து நாளைக்கு ஒரு தடவை லேடி டாக்டரிடம் போய் செக்கிங் பண்ணிக்கொண்டு வந்தேன்.

குழந்தை நன்றாக ஃபார்ம் ஆகியிருப்பதாகவும் நார்மல் டெலிவரியாகத்தான் இருக்கும் என்றும் சொன்னாள். அம்மா ஊரில் உள்ள பேருக்கெல்லாம் உதவிக்குக் கடிதம் எழுத வேண்டும் என்று பறந்தாள். நான்தான் வேண்டாம் என்று சொல்லி விட்டேன். 'சுந்தரி இருக்கிறாள், அவள் போதும்' என்றேன்.

இந்த நாட்களில் சுந்தரி எனக்கு உதவி செய்யப் பெரும்பாலும் எங்கள் வீட்டிலேயே இருக்கிறாள். சம்பத் வந்தால் எழுந்து ஒதுங்கிக்கொண்டு உள்ளே போய் அம்மாவிடம் பேசிக் கொண் டிருப்பாள். நான் அவளிடம், 'எதற்காக சுந்தரி, இந்தக் கட்டுப் பெட்டித்தனம்? சம்பத் உன்னைக் கடித்துச் சாப்பிட மாட்டார்' என்று சொன்னேன்.

அவள் கதையைக் கேட்டதும் அவள்மேல் பச்சாதாபம் அதிக மாகிவிட்டது.

வயிற்றைச் சுமந்துகொண்டு காலேஜ் போவது எனக்குக் கஷ்ட மாக இருந்தது. மெட்டர்னிட்டி லீவு கொஞ்சமே இருப்பதால்

கடைசிவரை காலந்தாழ்த்த வேண்டியிருந்தது. சம்பத்தான் திட்டினார். 'எதற்காகக் கஷ்டப்படுகிறாய்?' லாஸ் ஆஃப் பே இருந்தாலும் பரவாயில்லை. வீட்டில் இரு. குழந்தையின் ஹெல்த்தான் முக்கியம். சுகப்பிரசவம் ஆகவேண்டும்' என்று பழமும் (பண்டமுமாக) பண்டமுமாக வாங்கிக் குவித்தார்.

என் வயிற்றில் அந்த ஜீவன் நகரும்போது, அந்தச் சின்னக் காலின் முதல் உதையைப் பெற்றுக்கொண்டபோது என்னில் உண்டான சந்தோஷம், அப்பப்பா!

ரோஸ் கலரில் ரிப்பன் வாங்கி சுந்தரி, தலைக்குத் தொப்பியும் காலுக்கு ஸாக்ஸூம் போட்டதை எனக்கும் சொல்லித் தந்தாள். ஸ்வெட்டர் பின்னுகிறேன் பேர்வழி என்று கைக்குழந்தை களுக்குக் கூடப் போதாத சைஸில் என்னவோ செய்தேன். சிரிப்பாக வந்தது.

இந்த நாட்களில் எதைப் பார்த்தாலும் சிரிப்பாகத்தான் வந்தது. லேடி டாக்டர் கொஞ்ச காலம் கடந்து பிறப்பதால், எதற்கும் சிஸேரியனுக்குத் தயாராக இருக்கவேண்டும் என்று சொன்னாள். நான் 'என்ன ஆனாலும் சரி, வலிக்க வலிக்கத்தான் பிள்ளை பெற்றுக் கொள்வேன்' என்று சொல்லிவிட்டேன்.

சம்பத் அனாவசியத்துக்குக் கவலைப்பட்டார். முனுக்கென் றால், 'வா ஆஸ்பத்திரிக்குப் போகலாம்' என்று ஆட்டோ கொண்டுவந்து விடுவார். அவரும் அந்த நாட்களில் குழந்தை போலத்தான் இருந்தார்.

அம்மாவுக்குப் பிரசவம் பார்த்துப் பழக்கமே இல்லையா, இருக் கிற தெய்வங்களுக்கெல்லாம் நல்லபடியாக முடியவேண்டும் என்று லஞ்சம் கொடுத்துக்கொண்டிருந்தாள். மொத்தத்தில் எல்லாரும் குழந்தைகளாகிவிட்டோம்.

14
சம்பத்

சுந்தரிகிட்ட, 'வீடு பார்க்கறதுக்கு உங்க ராஜி கிட்டேயே கேட்டுப் பாரு. ஏன் இங்க ஒரு மூலையில இருக்கணும்? நாங்க இருக்கற பேட்டை நல்ல நடமாட்டமா இருக்கு. அங்க வந்துரேன்'னேன். 'ஸ்கூல் இருக்கே'ன்னா. 'ஸ்கூல் எங்கே இருக்கு?'ன்னு கேட்டேன். சொன்னா. எங்க வீட்டில இருந்து பக்கம்தான். 'கிடைச்சா வரோம். அதிக வாடகை கொடுக்க முடியாது'ன்னா.

ராஜி உள்ள வந்து காபி பாத்திரத்தை எல்லாம் அலம்பிக் கொடுத்தா. நான் கிச்சன்ல ஸ்வாதீனமா பேசிண்டிருந்ததை அவ வித்தியாசமா நினைக்கலை. நினைச்சுக்கமாட்டா.

சுந்தரியை, அவ வர வரைக்கும், பாத்திரம் தேக்கற போது, அலமாரியிலிருந்து டபரா எடுக்கற போதெல்லாம் பக்கவாட்லேயும் நேர்வாட்லயும் நன்னாவே பார்த்தேன். கொஞ்சம் வேர்வை, கொஞ்சம் தாலி! பின் குத்தின ரவிக்கை, ஆலிலை மாதிரி மடிஞ்ச வயிறு. எல்லாம் என்னமோ ஜாதிபத்ரி போட்டுண்ட மாதிரி கிறக்கமா இருந்தது.

தட்டு எடுத்து வைக்கிறபோது தொடக்கூடத் தொட்டேன். கொஞ்ச நாள் இப்படி அடிக்கடி வந்து பார்த்துண்டு இருந்தாலே போதும்னு தோணித்து. கொடில தொங்கற பாவாடையெல்லாம் பார்க்கறப்ப ஒரு மாதிரி இருந்தது. 'அட ராமாஞ்சு உனக்காடா!' அப்படின்னு ஆதங்கமா இருந்தது. பொறு சம்பத், பொறு.

இதில் ஒரு விஷயம். இதே சுந்தரியைப் பணம் கொடுத்துப் போற இடத்தில் பார்க்கிறேன்னு வெச்சுக்கங்கோ, எனக்கு அத்தனை இண்ட்ரஸ்ட் இருக்காது. எட்டிப் போனதனால, கிடைக்கிறது கஷ்டம், கொஞ்சம் மன்னாடணும், தவிக்கணுங்கறதினாலேயே இவ எனக்கு ஒரு சவாலாயிட்டா. பாத்துரலாம்.

அவா வீட்டை விட்டுக் கிளம்பரபோது ராஜிக்கு ரவிக்கை எல்லாம் வெச்சுத் தந்தா. ராஜி ரொம்ப சுஸ்தாயிட்டா. 'சுந்தரி மாதிரி பெண்ணில்லை'ன்னா. 'பாவம் வீட்டுக்காரன். காலி பண்ண னும்னு நோட்டீஸ் விட்டிருக்கானாம். 'சம்பத். எப்படியாவது வேற வீடு பார்த்துக் கொடுக்கணும் இவாளுக்கு நீங்க'ன்னா.

'பார்க்கலாம், எனக்கு மைசூர்ல யாரைத் தெரியும்? நீதான் நம்மாத்துக்குப் பக்கத்தில் ஏதாவது வீடு காலின்னா விசாரிக்கச் சொல்லு'ன்னேன். அடுத்த கிராஸ்ல (யாரே) யாரோ வீடு புதுசா கட்டியிருக்கிறதாகவும் பூச்சு வேலைதான் பாக்கி. வரமாசம் முடிஞ்சுரும்'னு சொன்னா. 'வேணா பாரு'ன்னேன் அலட்சியமா. முதற்காரியமா கார்த்தாலை போய்ப் பார்த்துவிட்டு வந்துர ணும்னு தீர்மானிச்சேன்.

மைசூர்ல ஒரு வேலையும் இல்லை. கார்த்தாலை எழுந்ததும் மாமியார் இட்லிக்கோ தோசைக்கோ பூ மாதிரி அரைச்சு வெச்சிருப்பா. ஒரு டோஸ் காபி சாப்பிட்டுட்டு தெருக்கோடி வரைக்கும் போய் தம் அடிச்சப்புறம்தான் எனக்கு வெளிக்கு வரும். நிதானமா நியூஸ் பேப்பரை எடுத்து வெச்சுண்டு போய்க் குளிச்சுட்டு ராஜி கூடவே கிளம்பிப் போய்டுவேன்.

நேராப் போய், ஒரு டெய்லர் கடை போய் உக்காந்துண்டுடு வேன். எதித்தாப்பல பாங்க் இருக்கு. அங்கதான் ரெண்டு அக்கவுண்ட் ஓப்பன் பண்ணியிருக்கேன்.

போஸ்ட் ஆபீஸ் திறந்ததும் ஏதாவது தபால் இருக்கான்னு பார்த்துண்டு வருவேன். அப்புறம் நம்ம கடையைத் திறப்பேன். 'சம்பத் கன்ஸல்டன்ஸீஸ். ஆல் டைப்ஸ் ஆஃப் இன்டஸ்ட்ரியல்

ஃபினான்ஷியல் அக்ரிக்கல்சுரல் கன்ஸல்டன்ஸி ஓர்க் அண்டர் டேக்கன்'ன்னு போர்டு. ஓ.ஒய்.டி. டெலிபோனுக்குப் பணம் கட்டி, மனுப் போட்டாச்சு.

ஒரு தடுப்புக்குப் பின்னால என் ஆபீஸ். அதில் உட்காந்துண்டு நாவல் படிப்பேன். லேசாத் தூங்குவேன். டைப்ரைட்டர்ல டொஸ்க் டொஸ்க்குன்னு அடிச்சுப் பழகிப் போய் ஒத்தை விரலால் சுமாரா அடிக்க வந்துடுத்து. ரெண்டு மூணு கடுதாசி அடிச்சுட்டு அதைக் கொண்டு தபால்ல சேர்க்க போஸ்ட் ஆபீஸ் போய்ட்டுப் பக்கத்திலேயே ஒரு காமத் ஓட்டல்ல அல்வா நல்லா இருக்கும், அதை ஒரு துண்டம் சாப்பிட்டுட்டு, இடையில பக்கத்து மெடிக்கல் ஷாப்புக்கு போயி ராஜிக்கு ஒரு போன் அடிச்சிருவேன்.

மத்தியானம் சுந்தரி வேலை பாக்கற ஸ்கூல் வழியா நடப்பேன். விளையாட்டு மைதானத்தில் குழந்தைகளுக்கு நடுவே உசரத்திலிருந்து தெரிவா. பாத்துண்டு இருப்பேன். திரும்ப ஆபீஸ் வந்து லேசாத் தூங்கிட்டு சாயங்காலம் நாலரை மணிக்கு வீட்டுக்கு வந்துருவேன்.

ராஜி வர அஞ்சு அஞ்சரை ஆகும். டிபன் சாப்ட்டுட்டு ராஜி கூடக் கொஞ்ச தூரம் நடந்துட்டு வருவோம்.

இடையில் ரெண்டு நாள் மூணு நாள் பிஸினஸ் விஷயமா மெட்ராஸ் போறதாக் கிளம்பிட்டு, பங்களூர்ல, அல்லது மெட்ராஸ்ல ரேஸ் ஆடிட்டு வருவேன். எல்லாத்துக்கும் பணம் தேவையா இருந்தது.

15
ராஜி

எனக்கு இடுப்பு வலியெடுத்த அந்த நாளும், அவசரமாக ஆஸ்பத்திரிக்குப் போனதும், அவர்கள் என்னைத் தயார் செய்ததும், அலை அலையாக அந்த இன்ப வேதனை என்னுள் மோதியதும், 'முக்குமா, இன்னும் கொஞ்சம் முக்கு' என்று நர்ஸ் சொன்னதும், பாட்டில்களும் வாசனையும் இன்ஜெக்ஷன் எல்லாம் எனக்குக் கனவு போலத்தான் இருந்தது.

கண் விழித்துப் பார்க்கையில் நான் உயிரோடு இருக்கிறேன் என்பதும், என் பக்கத்தில் ரோஸ் கலரில் சுருங்கிப்போய் அந்த ஜீவன் கண்களை இடுக்கிக்கொண்டு, சின்ன வாயால் ஈனமாக அழுவதும் என் மனக்கோயிலில் ஆயிரம் சங்கு கள் ஒலிப்பதுமாக உணர்ந்தேன்.

ஆண் குழந்தை! எனக்கு இந்த உலகத்தில் இன்னும் என்ன சந்தோஷம் பாக்கி? படுக்கைக் கருகில் சம்பத்தும் சுந்தரியும் என்னைக் கண் கொட்டாமல் பார்த்ததும், 'கங்கராஜு லேஷன்ஸ் ப்ரொபஸர்' என்று சம்பத் என்னைப் பார்த்துக் கண் சிமிட்டியதும், அதைக் கொண்டு வந்து என் மார்பில் வைத்தபோது அது என்னுடன்

ஒட்டிக்கொண்டு என் மார்பகப் பிரவாகத்தை உறிஞ்சியதும், 'அப்படியே அப்பனைக் கொண்டிருக்கு. காதைப் பாரு' என்று அம்மா புளகாங்கிதம் அடைந்ததும், அப்பா 'டேய்!' என்று அதைப் பார்த்து இரைந்து கூப்பிட்டதும்...

என்ன தவம் செய்தேன் நான்!

சுகப் பிரசவமானதால் ஒரு வாரத்துக்குள் என்னை வீட்டுக்கு அழைத்து வந்து விட்டார்கள். சுந்தரி குழந்தையை லாகவமாகக் கையாண்டாள். அவளைப் பார்த்தால் எனக்குப் பாவமாக இருந்தது. எத்தனை ஆசையாக அன்பாக இருக்கிறாள்; இவளுக்கு இப்படி ஒரு விதியா என்று தோன்றியது.

சம்பத் ரொம்பச் சிரமத்துடன் சின்னவனை எடுத்து மடியில் வைத்துக்கொள்வதற்குள் அவன் வீறிட்டு அழுவான். என் தொடுகை கிடைத்ததுமே சட்டென்று அடங்கிப் போவான்.

'உன்னை நான் பெரியவனானப்புறம் பார்த்துக்கிறேன். சதி பண்றியா?' என்பார்.

சுந்தரி ஒன்பது மணி ஃபீட் வரை இருந்துவிட்டுத்தான் போவாள். சம்பத்தை அவளை வீட்டுக்குக் கொண்டுபோய் விடச் சொல்வேன். குழந்தை ராத்திரி எப்போதாவது எழுந்து கத்துவான். பரவாயில்லை என்று அவன் தூங்கும்வரை கண் விழித் திருப்பேன்.

உயிர் வாழ்தலில் புதிய அர்த்தங்கள் வேண்டுமென்றால் ஒரு குழந்தை பெற்றுக்கொள்ளத்தான் வேண்டும். தாய்மை என்பதில் சுகானுபவம் வேறேதான். எனக்கு என் குழந்தையின் அங்க அமைப்புகள் எல்லாமே மனப்பாடமே ஆகிவிட்டது.

தினம் தினம் மாறும் அந்த முகபாவம், மாறும் அந்த கலர், கொஞ்சம் கொஞ்சமாகச் சிவப்பாகிக்கொண்டே வந்தான். தலை மயிர் என்ன கறுப்பு என்கிறீர்கள்! ஒரு மாதத்துக்குள் பெரிய குழந்தையாகிவிட்டான். மார்பில் உறிஞ்சும்போது, வலிக்கக் கூடச் செய்தது. 'ராட்சசா!' என்று திட்டுவேன். கையில் விரல்கள் எல்லாம் தீர்க்கமாக இருந்தன. சம்பத்தின் சாயல் கொஞ்சம் கொஞ்சமாகத்தான் தென்படத் தொடங்கியது - காது, கண், புருவம் எல்லாவற்றிலும்.

ரொம்ப யோசனைக்குப் பிறகு ஸ்ரீவத்ஸன் என்ற பெயர் வைத்தோம். சம்பத்துக்கு நாகரிகப் பெயர் என்றால் பிடிக்கவில்லை. ஸ்ரீவத்ஸன் என்பது அப்படி ஒன்றும் பழமையாகவும் இல்லை. வத்ஸ் என்று சுருக்கிக் கூப்பிடுவேன். சிரிப்பான்.

அம்மா குழந்தையைப் பார்த்துக்கொள்கிறேன் என்று சொன்னாலும் மனசில்லாமல்தான் மறுபடி காலேஜுக்குக் கிளம்பினேன். வேலைக்குப் போகவே இஷ்டமில்லை. பேசாமல் வீட்டில் உட்கார்ந்துகொண்டு குழந்தையைப் பார்த்துக் கொள்ளலாம் என்று ஆதங்கமாக இருந்தது. சம்பத்தான் வேலையை விடக்கூடாது என்று சொன்னார்.

பாங்குக்குப் போய் பண நிலவரம் என்ன நிலையில் இருக்கிறது என்று பார்த்தபோது எங்கள் ஜாயிண்ட் அக்கௌண்டில் நாலாயிரம் ரூபாய் இருந்தது, நூற்றி இருபதுக்கு குறைந்திருந்தது. சம்பத்தை விசாரித்ததில் அவருக்கு வரவேண்டிய செக் சிலது தங்கிப் போய்விட்டது என்று சொன்னார். 'நான் சமாளிக்கிறேன், கவலைப்படாதே' என்றார்.

15

சம்பத்

முதல்ல 'ஸ்ட்ரிக்ட்டா கணக்கு வெச்சுக் கோ'ன்னு நோட்டுப் புஸ்தகத்தில எழுதி ராஜி கிட்ட கடன் வாங்கிண்டேன். ரெண்டு மாசத் துக்கு ஓடித்து. ஊருக்குப் போய், குத்தகைப் பணம் கொஞ்சம் வந்திருந்தது. அதைப் பீராஞ்சுண்டு வந்தேன். ராஜிக்குப் புடைவை வாங்கிண்டு வந்தேன்.

ராஜி நான் என்ன கேட்டாலும் கொடுத்துருவா. அந்த மாதிரி எங்கிட்ட உயிரை வெச்சிருந்தா. நான் கேக்கறதுதான் நாசுக்கா வெச்சுண்டிருந் தேன். அவாளுக்கு, அவா பணத்தில்தான் என் வண்டி ஓடறதுன்னு தெரியவே தெரியாது. அதுக்கு ரொம்ப நைஸா நடத்தணும்.

'ராஜி, நான் உனக்கு எத்தனை தரணும்?'

'நீங்கதானே சம்பத் கணக்கு வெச்சிண்டிருக் கிங்க!'

'எனக்கு ஒரு செக் பாங்கில் போட்டிருக்கேன், அது வந்துடும். அதுவரைக்கும் நானூறு ரூபாய் அட்வான்ஸாக் கொடு, சேர்த்துத் தந்துர்ரேன்.'

‘இத பாருங்க சம்பத், என் பணம், உங்க பணம் வேண்டாம். பேசாம ஒரு ஜாயிண்ட் அக்கவுண்ட் வெச்சுண்டுரலாம்.’

‘கலந்து கட்டவேண்டாம்னு பாக்கறேன். என் சம்பாத்தியம், உன் சம்பாத்தியம், இன்கம்டாக்ஸ் எல்லாத்துக்குமே சௌகரியமா இருக்கும், இல்லையா?’

‘இல்லை சம்பத். உங்களுக்கு அவசரமாப் பணம் தேவையா யிருந்தா நான் உடனே அகப்படலைன்னா? பேசாம ஜாயிண்ட் அக்கவுண்டாவே வெச்சுண்டுரலாம்.’

‘அதுகூட ஐடியாதான்! ஏன் ஒரு மாதிரி சோர்ந்துபோயிருக்கே?’

‘தெரியாத மாதிரி கேக்கறீங்க, ஆளைப்பாரு! இருக்கிற விஷமம் எல்லாம் பண்ணிட்டு?’

‘ராஜி, நீ ப்ரெக்னன்ட்டா?’

‘கேக்கறதைப் பாரு!’

‘ஏதோ அம்மாவும், பொண்ணுமா லேடி டாக்டரைப் போய்ப் போய் பார்த்துண்டு இருந்தீங்க. அதான் தெரியும். கன்ஃபர்ம் ஆயிடுத்தா?’

‘ஆமாம்’னா. அவ கன்னம் ஒரு மாதிரி சிவந்து போயிடுத்து. ‘ராஜி! ரொம்ப சீக்கிரம் ஏதாவது செஞ்சுரலாமா?’

‘அய்யய்யோ, அதெல்லாம் கூடாது. ஐ வாண்ட் தி சைல்டு’ன்னா.

நினைச்சபடியே ஆயிடுத்து. கூடிய சீக்கிரமே அவளுக்கு ஒரு பாப்பாவைக் கொடுத்து என்னை விட்டுரும்படியாகப் பண்ணனும்னு திட்டம் போட்டுத்தான் தினசரி அந்தக் கடமையைச் செய்தேன்.

பத்திண்டுடுத்து! பீஜம் அப்படி!

சுந்தரிக்காக வீடு பார்த்து பக்கத்து க்ராஸ்ல ஸ்னோஸெம் அடிச் சிண்டிருக்கறப்பவே அட்வான்ஸ் கொடுத்து ஏற்பாடு பண்ணி, ஒரு நல்ல நாளாப் பார்த்து பால் காய்ச்சிச் சாப்ட்டுட்டு-

ராமாஞ்சு வந்திருந்தான். ‘சம்பத், உங்களுக்கும் உங்க ஒய்ஃப்புக் கும் என்ன கைம்மாறு செய்ய முடியும்’னு கண்ணில தண்ணி வராத குறையா ஊருக்குத் திரும்பிப் போய்ட்டான்.

வீடு சௌகரியமாகத்தான் இருந்தது. நான்தான் டெம்போ ஏற்பாடு பண்ணி டப்பா எல்லாத்தையும் தூக்கிக்கொண்டு வந்து போட்டேன். ராஜிக்கு உடம்பு சரியில்லை. ஒக்காளம், அதனால என்னைப் போய் உதவி பண்ணச் சொன்னா.

சுந்தரிக்கு எல்லாச் சாமான்களையும் அடுக்கி வெச்சுக் கொடுத்தேன்.

'கல்யாணம் ஆறதுக்கு முந்தி உங்காத்துக்கு வந்து இதே மாதிரி வீடு மாத்தறப்போ உதவி பண்ணேன், ஞாபகம் இருக்கா?'ன்னு கேட்டேன்.

அவாள்ளாம் அடுக்கிக்கட்டும்னு பின் கட்டுக்கு அவளை அப்ப அழைச்சுண்டு போயிட்டேன். அப்பத்தான் 'பாண்டி வரயா?'ன்னு கேட்டேன். அவ பதிலே சொல்லாது, 'ராஜி வரலையா'ன்னு கேட்டா. ஸ்டூல்ல நின்னுண்டிருக்கா. எதையோ எடுத்து வைக்கறப்போ பாலன்ஸ் தப்பிப்போய் எக்குத்தப்பா விழ இருந்தவளைத் தாங்கிப் பிடிச்சுண்டேன். ஒரு தடவை படாத இடத்தில் பட்டாச்சு. இன்னைக்குப் போறும்னு விட்டிருக்கலாம். படக்குன்னு அவளைக் கீழ சாச்சு கன்னத்தின் பேரில் உரசப் பார்த்தேன். 'சம்பத், விட்டுரு சம்பத், நான் கல்யாணம் ஆனவ. மற்றொருத்தன் மனைவி'ன்னா.

'ஸாரி சுந்தரி, உணர்ச்சி வசப்பட்டுட்டேன். இனிமே அப்படி நடக்காது'ன்னு மன்னிப்பு கேட்டுட்டேன்.

'வீட்டுக்குப் போ சம்பத். ராஜி காத்திண்டிருப்பா'ன்னா, 'ஏதாவது ஒத்தாசை தேவையாயிருந்தா சொல்லியனுப்பறேன். இல்லைன்னா நானே வரேன்'னுட்டா. அவளுக்குக் கோபம். தானே சரியாப் போயிடும். ஒரு கணமோ அல்லது ஒரு கணத்தோட பிரிவிலயோ அவளுக்குக் கொஞ்சம் தயக்கம் இருந்திருக்கு. கொஞ்சூண்டு இஷ்டம் இருந்திருக்கு. அதை என்னால உணர்ந்துக்க முடிஞ்சுது. பார்க்கலாம்.

ராஜிக்கு சுந்தரி ரொம்ப ஒத்தாசையாத்தான் இருந்தா. அடிக்கடி ராஜியோடப் பேச வீட்டுக்கு வருவா. என்னைக் கண்டதும் எழுந்து உள்ள மாமியார்கூட பேசப் போயிடுவா. அவ குரல் அடுத்த ரூம்ல ஒலிச்சிண்டிருந்தா அதுவே எனக்கு ஆறுதலாக இருக்கும். மூணு பேரும் சினிமா போவோம். சுந்தரி அந்தப் பக்கத்திலதான் உக்காருவா. அவளைக் கணிக்கிறது கஷ்டமா

இருந்தது. என்னை நேராப் பார்த்துப் பேசவே மாட்டா. ரொம்ப பதிவிரதையா ஆயிட்டாளோன்னு சந்தேகமா இருந்தது. அதனாலேயே அவமேல் இஷ்டம் அதிகமாவே இருந்தது.

வேக்கேஷன்போது ராமாஞ்சம் அவளைக் கூட்டிண்டு போயிட்டான். எனக்கு அந்த நாட்கள் எல்லாம் நரக வேதனையாத்தான் இருந்தது. இருந்தும் ராஜிமேல அதனால கோவிச்சுக்கவோ, சத்தம் போடவோ ஏதும் செய்யலை. அது பாட்டுக்கு அது! ராஜி பெரிசாயிண்டிருந்தா. சுந்தரி திரும்பி வந்தா. பங்குனி மாசம் எங்களுக்கு ஆண் குழந்தை பிறந்தது.

16
ராஜி

பிரசவம் முடிந்து சில நாட்களிலேயே வீட்டுக்குத் திரும்பி வந்து விட்டேன். அம்மாவும், சுந்தரியும் ரொம்ப உதவி செய்தார்கள். அம்மா குழந்தையைத் தரையில் வைக்க விடவில்லை. சுந்தரி இல்லாவிட்டால் நாங்கள் என்ன செய்திருப்போம், எப்படிச் சமாளித்திருப்போம் என்று நினைத்துப் பார்க்கவே கடினமாக இருக்கிறது. சுந்தரிக்குக் கொஞ்சம் நாள் பொறுத்துப் பரிசுப் பொருள் போல ஏதாவது கொடுக்கவேண்டும் என்று தீர்மானித்தேன்.

சம்பத் என்னை சீக்கிரமே காலேஜ் திரும்பிப் போகும்படி வற்புறுத்தினார். அக்கவுண்டில் பணம் குறைந்ததுக்குக் காரணம், அவருக்கு வரவேண்டிய பணங்கள் சில வராமல் முடங்கிப் போனதால்தானாம். 'சீக்கிரமே எல்லாவற்றையும் சரிக்கட்டி விடுகிறேன்' என்றார். ஃபிக்ஸட் டிபாஸிட்டில் வைத்திருந்த பத்தாயிரத்தை வேறு விதமாக இன்வெஸ்ட் பண்ணலாம் என்றார். கையெழுத்து போட்டுக் கொடுத்துவிட்டேன்.

சம்பத் பணத்தில் எப்போதும் கெட்டிக்காரர், பிஸினஸ்காரர் அல்லவா? எதையாவது புரட்டிக்

கொண்டே இருக்கவேண்டும் அவருக்கு. சம்பத் சொல்வதை அப்படியே கேட்டுவிடுவதில் எனக்குப் பிரத்தியேக மகிழ்ச்சி இருந்தது.

குழந்தை அவரிடம் போவதற்கு முரண்டு பண்ணியது. அழுதது. அவருக்குக் குழந்தையை வைத்துக்கொள்ளத் தெரியவில்லை. எனக்கே சில சமயம் கஷ்டமாக இருக்கிறது. அம்மாவும், சுந்தரி யும்தான் சாமர்த்தியமாகத் தலையை அசங்காமல் பிடித்துக் கொண்டு அதற்கு வலிக்காமல் எடுத்து வைத்துக் கொள்கிறார்கள். அம்மா அதற்குப் பால் புகட்டி ஒரு தடவை நிமிர்த்தி முதுகில் லேசாகத் தட்டும்போது அது சின்னதாக ஏப்பம் விடும் சப்தம், எனக்கு தினசரி சங்கீதம்.

குழந்தை சாயலில் சம்பத் போலத்தான் இருப்பது கொஞ்ச நாட்களில் எனக்குப் புரிந்தது. நல்ல நிறம். பெரிய கண்களால் எங்கள் எல்லாரையும் பார்க்கத் தொடங்கியது. எனக்கு அதை விட்டுவிட்டு காலேஜ் போவதே பிடிக்கவில்லை. வேலையை ராஜினாமா செய்து விடலாம்போல இருந்தது. சம்பத்தான் அதெல்லாம் அசட்டுத்தனம் என்றார்.

சம்பத் எனக்குக் கொடுத்த வளையலை ஒருநாள் அணிந்து கொண்டிருப்பதை அம்மா பார்த்தாள். 'என்னடிது?' என்றாள்.

'என்னம்மா?'

'கையைக் காட்டு' என்று வளையலை உற்றுப் பார்த்தாள். 'என்னது வளையல் கருத்துப் போயிருக்கே? எங்கயாவது திராவகத்தில் கிராவகத்தில் போட்டாயா? தங்கம் ஒண்ணும் ஆகாதே?' என்றாள்.

நான் அந்த வளையலைப் பார்த்தபோது நிறம் மாறிப் போய்த் தான் இருந்தது.

'ஜொல்லர்ஸ்ல ஏமாத்திட்டானா? இல்லையே! மத்ததெல்லாம் சரியாத்தானே இருக்கு. இதுக்கு என்ன அர்த்தம்?' என்றாள்.

'போனாப் போறதும்மா' என்று பிள்ளையைக் கொஞ்சுவதை அவள் ரசிக்காமல், 'வேலைக்காரிதான் ஏதோ திரிசமம் பண்ணி யிருக்கு. திருடின வளையலை வித்துருத்துபோல இருக்கும். பத்லியா வேறு வளையலைக் கொடுத்து ஏமாத்தியிருக்கு. வரட்டும் வரட்டும். நாளைக்கு அதை கேக்காமயா போறேன்?'

'ராத்திரி சம்பத் வந்ததும் சொல்லிடும்மா. அவர் பார்த்துப்பார்.'

சம்பத் அந்த வளையலைப் பார்த்து, 'இதை எங்கிட்ட விடு. கழட்டிக் கொடுத்துரு. இதைப் பத்தி யார் கிட்டவும் எதுவும் பேசாதே' என்றார்.

'வளையல் போயிடுத்தா மாப்பிள்ளை?'

'போகாது, எங்க போயிடும்? எங்கிட்ட விடுங்கோ சமாசாரத்தை. இன்னும் ஒரு வாரத்துக்குள்ள இதைத் தீர்த்து வைக்கறேன்' என்றார்.

நான் அப்புறம் அதை மறந்துவிட்டாலும் அம்மாதான் ஞாபகப் படுத்திக்கொண்டிருந்தாள்.

அலமாரியை ஒரு தடவை, லைப்ரரி டிக்கெட் காணோம் என்று தேடிக்கொண்டிருந்தபோது அப்பாவின் ஸ்தோத்ரப் புத்தகத்தில் ஒரு கடிதம் செருகியிருந்தது. 'சம்பத்' என்று வார்த்தை தெரிந்த தால் படித்துப் பார்க்க ஆவலாக இருந்தது. அப்பா வெளியே போயிருந்தார்.

அந்தக் கடிதத்தில் ஆங்கிலத்தில் இவ்வாறு எழுதியிருந்தது.

டியர் சார்...

உங்கள் கடிதம் கிடைத்தது. நான் ஆபீஸ் விஷயமாக வெளியூர் போயிருந்ததால் நான்கு நாட்களுக்கு முன்தான் உங்கள் கடிதத்தைப் பார்க்க முடிந்தது. பார்ட்டியைப் பற்றி விசாரிக்க நான்கு தினங்கள் ஆகிவிட்டது.

நீங்கள் குறிப்பிட்ட சம்பத் என்கிறவருடன் அல்லையன்ஸ் விஷயமாக மேற்கொண்டு தொடர்பு வைத்துக்கொள்வது நல்ல தல்ல என்று எனக்குத் தோன்றுகிறது. நான் விசாரித்த வரையில் அந்த ஆசாமி பல இடங்களில் பல பேரை ஏமாற்றியிருக்கிறான் என்பதும், அவன் முந்தைய ஆபீசிலிருந்து நீக்கப்பட்டிருக் கிறான் என்றும், ஏராளமான கடன் உடையவன் என்றும் தெரிய வந்தது. இவனுடைய முந்தைய ஆபீஸ்காரர்கள் இவனுக்கும் தங்கள் நிறுவனத்துக்கும் சம்பந்தம் இல்லை என்று பேப்பரில் நேரிடையாகப் பெயர் போட்டுக் கொடுத்திருந்த விளம்பரத்தை என் கண்ணால் பார்த்தேன். உங்கள் குடும்பத்தில் அக்கறை உள்ளவன் என்கிற ரீதியில் நான் இதைக் குறிப்பிட வேண்டியது

என் கடமை. எனவே இந்தச் சம்பந்தமே வேண்டாம். நான் என் அடுத்த கடிதத்தில் இன்னும் சில ஜாதகங்கள் அனுப்பி வைக்கறேன்.

இப்படிக்கு உங்கள் அன்புள்ள...

கடிதத்தைப் படித்ததும் எனக்கு ஒரு மாதிரியாக இருந்தது. அதன் முழு அர்த்தம் புரியவில்லை. யார் இது? அப்பா ஏன் இதை என்னிடம் சொல்லவில்லை? கடிதத்தின் தேதியைப் பார்த்தேன். எனக்கும் சம்பத்துக்கும் நிச்சயதார்த்தம் ஆனபின் தேதி இட்டிருந்தது. ஒரு வேளை நிச்சயதார்த்தம் ஆனதால்தான் அப்பா அந்தக் கடிதத்தைக் காட்டவில்லையோ? இருந்தும் ஏன் இதை ஒரு வருஷமாக என்னிடம் சொல்லவே இல்லை? அப்பா வந்ததும் கேட்கலாம் என்றிருந்தேன்.

அதைவிட, சம்பத்தைப் பற்றி இப்படி ஒரு கடிதமா? நம்பவே முடியவில்லையே! பொய் சொல்லுவாரா என்ன? நான் பார்த்த தில் ஒரு பொய் சொன்னதில்லையே! எனக்கு மிகவும் குழப்பமாக இருந்தது. கொஞ்சம் வயிற்றில் கவலையாகக்கூட இருந்தது.

சாப்பிடும்போது அம்மா, 'என்னடி ஒரு மாதிரி இருக்கே?' என்றாள்.

அம்மாவிடம் சொல்லவில்லை. அப்பா, அம்மாவிடமும் காட்டி யிருக்க மாட்டார். என்ன செய்யலாம்? அந்த கடிதத்தை சம்பத் திடம் காட்டிவிடலாமே? அதுதான் சரி. எங்கள் இரண்டு பேருக்கும் எந்தவிதமான சந்தேகமும் இருக்கக் கூடாது.

16
சம்பத்

குழந்தை நன்னா கொழுக் மொழுக்குன்னுதான் இருந்தது.

எனக்குக் குழந்தை பொறந்ததைவிட, அதுக்கு முன்னாடி கிடைச்ச ஒரு தகவல் ஆச்சரியமா இருந்தது. பிரசவத்துக்கு முன்னாடி சுந்தரி அடிக் கடி, ஏன்... தினம், வீட்டுக்கு வந்து ஒத்தாசை பண்ணா. சுந்தரியோட நான் பழகறதை ராஜி வித்தியாசமா எடுத்துக்கலை. சுந்தரிதான் மிரண் டுண்டிருந்தா. இன்னும் சரிப்பட்டே வரலை. இருந்தாலும் கொஞ்சம் கொஞ்சம் எனக்குச் சலுகைகள் எல்லாம் தர ஆரம்பிச்சான்னுதான் சொல்லணும்.'

முன்பெல்லாம் என்னைக் கண்டாலே உள்ளே ஓடிப்போயிடுவா. இப்பத் தயங்கித் தயங்கி ராஜி மூலமாப் பேசறா. ராஜியோட ரொம்ப சினேகிதம்தான். அவகிட்ட தன் பர்ஸனல் விஷயங்கள் எல்லாத்தையும் சொல்லியிருக்கா.

ஒரு நாள் ராஜி எங்கிட்ட ராத்திரி அந்த விஷயத்தைச் சொன்னா. 'சுந்தரி ரொம்பப் பாவம் சம்பத்'னா. 'என்னவாம்'னேன். 'அவ

ஹஸ்பண்டைப் பத்தி இன்னிக்கு ஒரு விஷயம் சொன்னா. ஷாக்கிங்கா இருந்தது'ன்னா 'என்ன விஷயம்?'

'சம்பத். காட் பிராமிஸ்! ஒருத்தர் கிட்டயும் சொல்லமாட்டீங் களே! நான் அவகிட்ட வாக்குக் கொடுத்திருக்கேன், ஒருத்தர் கிட்டயும் சொல்றதில்லைன்னு. ஆனா புருஷன் கிட்டருந்து ரகசியம் ஏதும் கூடாது. அதனால அதை உங்ககிட்ட சொல்றேன்'னு பீடிகையெல்லாம் போட்டுண்டு சொன்னா.

ராமாஞ்சுவுக்குக் குறையாம்!

'அப்படியா'ன்னு அலட்சியமாச் சொன்னேன். மனசுக்குள்ள அலை அலையா எண்ணங்கள் மோதறது. அப்படியா சேதி! இதை அப்பவே சொல்லக்கூடாதோ! சௌகரியமாப் போய்டுத்து. இந்த விவரத்தை வெச்சுண்டு என்னவெல்லாம் சாதிக்க முடியும்! எனக்கு ரொம்பப் பரபரப்பா ஆயிடுத்து.

ராஜியை ஆஸ்பத்திரியில சேர்த்து நல்லபடியா பிரசவம் ஆன போது, ஒருவாரம் அவ ஆஸ்பத்திரியில இருந்தப்ப, ஆஸ்பத்திரி யில் அம்மாக்காரி இருக்க, வீட்டில் சமையல் பண்ண, வென்னீர் வெக்க, கரைச்சுக் கொடுக்கன்னு சுந்தரி ஒரு வாரமும் எங்க வீட்டிலேயே பழி கிடந்தா.

ஒரு தடவை சமையல் உள்ள நுழஞ்சேன். 'என்ன சுந்தரி, எனக்கு ஒரு தம்ளர் காப்பி கொடுப்பியான்'னேன். 'இதோ, தரேன் சம்பத்'னா. அங்கேயே இருந்தேன். 'கூடத்தில் போய் இருங்களேன்'னா. 'உன்னை விட்டுப் போக எனக்கு விருப்பமே இல்லை சுந்தரி. ஒரே ஒரு ரகசியம் சொல்லட்டுமா. நான் மைசூருக்கு வந்ததே நீ இங்க இருக்கங்கறதினாலதான்'னு சொன்னேன். அவ என்னை நிமிர்ந்து பார்த்தா.

'சம்பத், என்னை ரொம்பக் கொடுமைப்படுத்தாதே'ன்னா.

'நீ என்னைக் கொடுமைப்படுத்தறாப்பலயா?'ன்னேன்.

'இல்லை சம்பத். நான் ரொம்பக் குழப்பத்தில் இருக்கேன். ரொம்ப மனசில பலகீனமா இருக்கேன். தனியா இருக்கேன். இந்த சந்தர்ப்பத்தைப் பயன்படுத்திக்கிறது ரொம்ப அநியாயம். நீ என்னைக் கொடுமைப்படுத்தறதைவிட ஏதாவது அநியாயம் இருக்க முடியுமா?'

'இத பாரு சுந்தரி, எனக்குக் கல்யாணம் ஆகி குழந்தை பொறந்து தலை நரைச்சுப் போயி, ராஜியோட குப்பை கொட்டி... அதெல்லாம் வேற விஷயம். அவளுக்கு நான் எந்தவிதமாகவும் துரோகம் செய்யப்போறதில்லை. ராஜியை நான் சந்தோஷமா வெச்சுக்கலையா? ராஜி எவ்வளவு சந்தோஷமா இருக்கா. பாத்த இல்லை? அவளுக்கு திருப்தித் தரக்கூடிய கணவனா இருந்து குழந்தைச் செல்வத்தைக் கொடுத்து எந்த விதத்தி லயும்குறை வைக்கலை! வெச்சேனா? இருந்தாலும் என் ஆத்ம பூர்வமான, உம்மேல இருக்கிற பாசத்தை நான் அழிக்கவே முடியாது. நான் உன்னை இப்பத் தொடறதனால யாருக்கு வலிக்கப் போறது? யார் அதில சேதமடையறா? மத்தவாளுக்குத் தெரிஞ்சாத்தான் பாவம். ரகசியம் தெரியாத வரைக்கும் தப்புங்கறது உருவாகவே இல்லை. உனக்கு சந்தோஷம்ங்கிறதே கிடையாது.

'புருஷன் எங்கயோ இருக்கான். உன்னைத் தனியா இப்படி அபலை மாதிரி தவிக்கவிட்டுட்டுப் போய்ட்டான். உனக்கு இருக்கிற சௌந்தர்யத்துக்கு நீ ராணிபோல அரண்மனையில் இருக்க வேண்டியவ.' இன்னொருத்தர் கிச்சன்ல அவளை மூலையில நிறுத்தி இடுப்ப வளைச்சு முத்தம் கொடுத்தேன். கன்னத்திலதான் விழுந்தது. ரத்தக் குழாய் எல்லாம் ஓவர் டைம் வாங்கறது அவளுக்கு. 'சோதிக்காதே, சம்பத். வேண்டாம். இதெல்லாம் கூடாது, இதெல்லாம் கூடாது'ன்னு அவள் சொல்லச் சொல்ல, நான் பிஸியா இருக்கேன். கையை எங்க எங்கையோ கொண்டு போய்ட்டேன். வாசல்ல சப்தம் கேட்டதும் சட்டுன்னு அப்புறம் பார்த்துக்கலாம்னு ஹால்ல போய் உட்கார்ந் துண்டேன்.

மாமியார்க்காரி ப்ளாஸ்க்கோட வந்திருந்தா. அவளைக் கொஞ்ச நேரம் கூடத்தில நேரந் தாழ்த்தினேன், சுந்தரிக்கு சுதாரிச்சுக்க அவகாசம் கொடுக்கறதுக்கு. அதுக்கப்புறம் அவ உள்ள போக, 'சுந்தரி, என்னம்மா உடம்பு சரியில்லையா, ஏன் ஒரு மாதிரி இருக்கே? நீயும் வந்து லேடி டாக்டர்கிட்டக் காட்டிடேன். மாப்பிள்ளை, இந்த சுந்தரியை அழைச்சுண்டு போய் நல்ல டானிக்கா வாங்கிக் கொடுங்கோ, என்ன ஒத்தாசை! இவ இல்லைன்னா நாங்க நாறிப் போயிருப்போம். உறவுக்காரங்கள் ளாம் தண்டம். உறவு இல்லாதது இது. எப்படி வந்து ஒண்டிண் டிருக்கு. பாருங்கோ!'

மாமியார் பின்பக்கம் போயிருக்கறப்போ சுந்தரியோட கன்னத்தைக் கிள்ளிச் சிரித்தேன். 'கவலையே படாதே. உன்னையும் என்னையும் தவிர யாருக்கும் விஷயம் தெரியாது'ன்னேன். சுந்தரியோட கை நடுங்கிண்டிருந்தது.

கொஞ்சம் நாள்தான். சரியாப் போயிடும். அவசரமே இல்லை.

17

ராஜி

ராத்திரி சம்பத் சாப்பிட்டு முடிந்ததும், 'சம்பத், இந்த லெட்டரைப் பாருங்கோ' என்றேன்.

சம்பத் அதை நிதானமாகப் படித்துப் பார்த்தார். படித்துக் கொண்டிருக்கும்போதே சிரித்துக் கொண்டார். 'இதில எழுதியிருக்கிறதெல்லாம் நிஜம் ராஜி!' என்றார்.

எனக்கு அதிர்ச்சியாக இருந்தது. 'என்ன சம்பத் சொல்றீங்க?'

'இந்தக் கடிதம் என்ன சொல்றது? நான் பல இடங்களில் பல பேரை ஏமாற்றியிருக்கேன்னு! 'பிஸினஸ்ல அப்படித்தான் இருக்கும். இப்ப ஒரு டெண்டர் போடறோம்னு வெச்சுக்கோ. போட்டிக்கார கம்பெனி எத்தனைக்கு கோட் பண்ணியிருக்கான்னு தெரிஞ்சே ஆகணும். அதுக்காக யாரை யாவது ஏமாத்தியே ஆகணும். லஞ்சம் கொடுக்கணும். பொய் சொல்லணும். பிஸினஸ்ல பிழைக்கணும்னா இந்த மாதிரி தகிடுத்தத்தங்கள் செய்தே ஆகணும்.

'ராஜி, என்னால ஏமாந்தவங்க நிறையப் பேர் இருக்காங்க! ஏராளமா கடன் உடையவன்னு

சொல்லியிருக்கு. நிஜம்தான். டே-டு-டே ட்ரான்ஸாக்ஷன்ல கடன் வாங்கலைன்னா என்னைப் போல பிஸினஸ்காரனெல்லாம் ஒழிஞ்சே போயிடுவா. பம்பாய்ல இருந்து இன்வாய்ஸ் போட்டு பார்சல் அனுப்பிச்சுருப்பான். சரக்கு போய்ச் சேர்ந்து டிஸ்ட்ரிப்யூட் ஆனப்புறம்தான் நம்ம காசு வரும். அதுக்குன்னு லாரிக் கம்பெனிக்காரன் காத்திருப்பானா? டெமரேஜோட வை காசை என்பான். கடன் வாங்கித்தான் ஆகணும். பாங்கில கடன் கொடுப்பானா? மார்வாரிட்ட வாங்கணும். உண்டி எடுக்கணும். எல்லாம் பிஸினஸ் தகிடுதத்தம்.

'ஒரு மாசத்தில முதல் வாரத்தில எனக்கு ஒண்ணரை லட்சம் வரைக்கும் கூடக் கடன் இருக்கும். மாசத்தில் மூணாவது வாரத்தில கேட்டுப்பாரு. நெட்டா ஒரு லட்சம் பண்ணியிருப்பேன், கடன் எல்லாத்தையும் கிளியர் பண்ணிட்டு! மாசத்தில முதல் வாரத்தில் என்னைப் பத்தி யாராவது வந்து விசாரிச்சா கடன்காரன்னுதான் சொல்லுவா!

'இப்ப எனக்கும் உனக்கும் கடன் இல்லையா? உனக்கு நான் எத்தனை தரணும்? அப்புறம் இந்த கம்பெனி இருக்கு பாரு, நான் முன்னே வேலை செஞ்ச கம்பெனி! வேலை எல்லாம் பிழிஞ்சு வாங்கிண்டு சம்பளம் மட்டும் கொடுக்காம இழுத்தடிச்சான். அவன் வண்டவாளத்தையெல்லாம் இழுத்து விட்டுட்டு ரிஸைன் கூடப் பண்ணாம, ஐ வாக்ட் அவுட்! பெரிசா பேப்பர்ல என்னைப் பத்தி விளம்பரம் கொடுத்தான். அடுத்த மாசம் படுத்துட்டான்! ஐ.பி. கொடுத்துட்டான்!

'எதுக்குச் சொல்ல வரேன்னா, இதில சொல்லியிருக்கிறது எல்லாமே நிஜம்! நான் பொய் சொல்ல விரும்பலை. என்னைப் பத்தி உங்கப்பா விசாரிக்க நினைச்சது ரொம்ப உத்தமமான காரியம்! யார் மூலமா விசாரிக்கிறோம். யாரைக் கேக்கறோம் கறது முக்கியமில்லையா ராஜி? இதில உங்கப்பா பேர்ல எனக்கு கோபமே இல்லை! பாவம், அவர் உன் சந்தோஷத்தை விரும்பித் தான் செய்திருக்கிறார். நீ சந்தோஷமா இல்லையா ராஜி?'

'சந்தோஷமாகத்தான் இருக்கேன் சம்பத்!'

'உனக்கு ஏதாவது குறை வெச்சிருக்கேனா? எப்பவாவது உங்கிட்ட பொய் சொல்லியிருக்கேனா?'

'இல்லை சம்பத், இல்லை!'

‘ராஜி, நீ எங்கிட்ட நேரா கேட்டுட்டதை நான் ரொம்பப் பாராட்ட றேன்! இந்த மாதிரி சந்தேகங்களை எல்லாம் உள்ளுக்குள்ள வெச்சுக்கக் கூடாது. எங்கிட்ட எது வேணாக் கேக்கலாம் நீ. ரொம்ப ஓப்பனா இருக்கலாம்! உன் மனசில எந்தவிதமான குறையும் இருக்கக்கூடாது. உன் சந்தோஷமும் மன நிம்மதியும் எனக்கு ரொம்ப முக்கியம். ராஜி! நான் ஒரு மாதிரி. எனக்கு அதிர்ஷ்டம் ஒண்ணு உண்டு. பிஸினஸ்ல, வாழ்க்கைல எதை யாவது அடைய நினைச்சேன்னா அடைஞ்சிருவேன்! உன்னைக் கல்யாணம் பண்ணிண்டதில இருந்து என் லைஃப்ல ஏற்படற மாறுதல்கள் எல்லாம் பிரமிப்பா இருக்கு! இந்த வருஷக் கடைசியில (பிஸனஸ்ல) பிஸினஸ்ல எட்டு லட்சம் கிளியர் பண்ணுவேன்னு தோணறது. தொட்டதெல்லாம் துலங்கறது. எல்லாம் உன்னால்தான் ராஜி!’

‘இல்லை சம்பத், இல்லை.’

‘அல்லது ஒருவேளை இந்தச் சின்னப் பயலால இருக்கலாம்! எப்படித் தூங்கறான் பாரு! ஏதோ இப்பவே இந்த உலகம் பூரா தனக்குச் சொந்தம் மாதிரி!’ என்றார். குழந்தையை விரல்களால்... நெருடி...

‘அவன் அப்பா மாதிரி’ என்றேன். சம்பத்தை அணைத்துக் கொண்டு முத்தமிட வேண்டும்போல இருந்தது. அப்பா! என்ன நேர்மையானவர்! எவ்வளவு, எல்லோருக்கும், உதவி, ஒத்தாசை! அப்பாவிடம் அந்தக் கடிதம் பற்றி அப்புறம் கேட்கவில்லை. அப்பாவை எனக்குப் பிடித்திருந்தது. இந்த மாதிரிக் கடிதம் வந்ததும் அதன் உண்மையான மதிப்பைத் தீர்மானித்து அதை நிராகரித்ததில் ஒருவிதமான முதிர்ச்சி காட்டியிருக்கிறார்.

‘அப்பா, ரொம்ப தாங்க்ஸ் அப்பா!’ என்று எண்ணிக் கொண் டேன்.

அப்புறம் அதைப் பற்றியோ, பணத்தைப் பற்றியோ சம்பத்திடம் எதுவும் பேசவில்லை. பாங்க் அக்கவுண்ட் விவகாரம் பூராவும் அவர்தான் பார்த்துக்கொள்கிறார். எனக்கு, தன் பணத்தில் ஏழுநூறு ரூபாய்க்குப் பட்டுப் புடைவை வாங்கிக் கொடுத்தார். ‘எங்கள் கல்யாணத்தின் முதல் அனிவர்ஸரிக்கு!’ என்றார்.

‘அனிவர்ஸரி முடிந்து நாளாகிவிட்டது’ என்றேன்.

'அதனால் என்ன? இன்றைக்குக் கொண்டாடலாமே! இன்றைக்குத்தான் அனிவர்ஸரி என்று நம்பலாமே! எல்லாமே நம்பிக்கையில்தான் இருக்கிறது ராஜி!' என்று புன்னகைத்தார்.

எத்தனை உண்மை!

அடுத்த வாரம் சுந்தரி ஒருநாள் என்னிடம் வந்து, 'உங்ககிட்ட முக்கியமா ஒரு விஷயம் பேசணும் ராஜி!' என்றாள்.

17

சம்பத்

பிரசவம் முடிஞ்சு ஏராளமா துணிமணியோட ராஜி வீட்டுக்குத் திரும்பி வந்தா. பிள்ளைக்கு ஏகப்பட்ட உல்லனும் சில்க்குமா எடுத்து, கையை விட்டு இறக்காம அம்மாவும் பொண்ணுமா அதைச் சீராட்டினா. என் மாதிரியே இருக்குன்னா. எனக்கு அதைப் பார்த்தா எதுவும் தெரியலை. எங்கிட்ட வந்தாலே அலர்றது. நல்ல சிவப்பா இருந்தது. அதைச் சொல்லணும். ஸ்ரீவத்ஸன்னு பேர் வச்சா. என்ன பேரா இருந்தா என்ன!

ராஜி மறுபடி காலேஜ் போக ஆரம்பிச்சுட்டா. இடை நாட்களில் நான் ஜாயிண்ட் அக்கவுண்டில் பூந்து விளையாடிண்டிருந்தேன். ராஜி பேர்ல நாலாயிரத்து சொச்சம் இருந்தது. எல்லாத்தையும் தீத்துக் கட்டியாச்சு. ஃபிக்ஸட் டெபாஸிட்டில் பத்தாயிரம் வெச்சிருந்தா. அதும்பேர்ல ஒரு கண்ணிருந்தது. எடுக்க முடியாம பன்னண்டரை பர்ஸண்ட் வட்டிக்குப் போட்டிருந்தா. அதை எடுத்து ஃபினான்ஷியர்ஸ்கிட்ட இன்வெஸ்ட் பண்ணினா பதினெட்டு, பத்தொன்பது கிடைக்கும்னு சொன்னேன். கையெழுத்து போட்டுக் கொடுத்துட்டா.

'என்ன இது, ஜாயிண்ட் அக்கவுண்டில் எல்லாம் துடைச் சிருக்கே'ன்னு கேட்டா?

'கவலைப்படாதே. நான் சமாளிக்கிறேன். எனக்கு வரவேண்டிய பணம் கொஞ்சம் தங்கிப் போயிடுத்து. வந்த உடனே அதுவே பதினெட்டாயிரம் இருக்கும். இப்ப அந்தப் பத்தாயிரத்தை எடுத்துச் சமாளிக்கலாம். குழந்தைக்கு முதல் வருஷம்தான் நல்ல செலவாகும்'னு சொல்லி சமாதானப்படுத்தி கையெழுத்து வாங்கி ஃபிக்ஸட் டிபாஸிட்டை ஷார்ட் க்ளோஸ் பண்ணிட்டேன்.

இடையில் சுந்தரி அதிகம் புழங்க ஆரம்பிச்சாலும் அவகிட்ட நெருங்கறதுக்கு சந்தர்ப்பங்கள் அதிகம் ஏற்படலை. என்ன செய்யறதுன்னு குருட்டு யோசனை பண்ணிப் பார்த்தேன். ஒவ் வொரு தடவை அவளைப் பார்க்கறப்பவும் விபரீதமா, உதவாக் கரையா பல யோசனைகள் தோணும். ஒண்ணும் சரிப்பட்டு வராது. ஏன்னா ராஜிக்குத் துளிக்கூட சந்தேகம் வரக்கூடாது. பலாத்காரமா எதுவும் செய்யக் கூடாது. மெள்ள மெள்ள அவளை வெல்லணும். அதான் என் முறை.

குழந்தை சடசடன்னுதான் வளர்ந்தது. நல்ல ஊட்டம். ராஜிக்கு சம்பளம் வர ஆரம்பிச்சதில குடும்பச் செலவுகளை சமாளிக்க முடிஞ்சுது. சுந்தரியின் மனநிலையில மாறுதல் ஏற்பட்டுண்டு இருக்கா, இல்லையான்னு சரியாச் சொல்ல முடியலை. பெண் களோட மனசின் ஆழத்தை எவனும் பார்த்ததாச் சரித்திரம் இல்லை. இருந்தாலும் சில விஷயங்கள்ல சுந்தரி எங்கிட்டதான் வந்துண்டிருக்கான்னு தோணித்து.

உதாரணமா, ஒருமுறை அவ வீட்டுக்கு வந்திருப்ப ராஜி மாமி யாருடன் கோவிலுக்குப் போயிருந்தா. குழந்தை தூங்கிண் டிருந்தது. நான் பார்த்துண்டேன். தூளியிலிருந்து எடுக்கறப்ப சுந்தரியோட மார்பெல்லாம் தெரிஞ்சுது. எனக்கு ஒரு மாதிரி யாயிடுத்து. ஒரு தடவை குழந்தையைத் தோள்ள போட்டுண்டு 'ஆ...ஆ'ன்னு தட்டறப்ப, 'அதை எங்கிட்ட கொடு'ன்னு கேட்டு வாங்கிக்கறப்ப அவ மேலே வேணும்னுட்டே பட்டேன்.

குழந்தை எங்கிட்ட வந்ததும் அழ ஆரம்பிக்கவே அதை அவ திரும்பி வாங்கறப்ப இன்னும் கொஞ்சம் தைரியமாகவே தொட்டுப் பார்த்தேன். அவ உடனே அழ ஆரம்பிச்சா.

'ஏன் சுந்தரி, ஏன் அழறே?'ன்னேன்.

குழந்தையைத் தூளியில ஆட்டிண்டே சொன்னா, 'சம்பத் என்மேல கொஞ்சம் இரக்கம் காட்டுங்கோ'ன்னா.

'சம்பத், என்னுடைய நிலைமையை நீங்க பயன்படுத்திக் கிறீங்கன்னு, இங்க வர வேண்டாம் வர வேண்டாம்னுதான் மனசில எச்சரிக்கை செய்யறது. இந்த வீட்டுக்கு வரதே பாவம்னு தோண்றது. இருந்தாலும் நான் ஏன் இங்க வரேன் தெரியலை சம்பத்! அப்புறம் என் புருஷனை நினைச்சா எனக்கு ரொம்ப வயிற்றில குற்ற உணர்ச்சி ஏற்படறது. அதே சமயம் அவர் மேல, அவர் மேல ஒரு ஆத்திரமும் வரது. என்கிட்ட அதைப் பத்திச் சொல்லவே இல்லை. மறைச்சு வெச்சிருக்கார்.

'டாக்டரைப் போய்ப் பார்த்திருக்கார். ஏதும் எனக்குச் சொல்லவே இல்லை. சம்பத், இத்தனை வருஷங்களில் இல்லற வாழ்க்கை யில் அந்த அம்சத்தைப் பார்க்கவே பார்க்காத, இதுவரை அனுபவிச்சே இல்லாத என்னை இப்படி ஒரு சோதனைக்கு உள்ளாக்கறது நியாயமில்லை சம்பத்! என் மனசாட்சி பலவீன மாயிண்டு வரது. என்னிக்காவது ஒருநாள் நான் பெரிய தப்பு பண்ணிடுவேன்னு பயமா இருக்கு சம்பத். தயவு செஞ்சு எனக்கு இந்தப் பரீட்சை வெக்காதீங்க. தோத்துருவேன், தோத்துருவேன்!

'தோத்தா என்ன நஷ்டம் சொல்லு'ன்னேன்!

'துரோகம்! நீங்க உங்க மனைவிக்கு, நான் என் கணவனுக்கு!'

'அவா நமக்கு துரோகம் பண்ணலையா? உன் கணவன் உங்கிட்ட மறைச்சு வெச்சது துரோகமில்லையா?'

'இருக்கலாம். ஆனா ராஜி நமக்கு என்ன துரோகம் பண்ணாங்க? சொல்லுங்க சம்பத்!'

'இப்ப நான் உன்னைத் தொடறதால ராஜி எந்த விதத்தில பாதிக்கப்படறா? சேதப்படறா?'

'இல்லை சம்பத், ஏதோ ஒரு விதத்தில் சேதப்படறாங்கதான்!'

'என்ன பைத்தியக்காரத்தனம் இது சுந்தரி? அவளுக்குத் தெரியாத வரைக்கும் எந்த விதத்தில் துரோகம் ஆறது? மறுபடி சொல்றேன் பாரு. நான் ராஜிக்குப் பரிபூர்ணமான கணவன். அவளுக்கு

அழகான, அந்தஸ்தான மாப்பிள்ளை. அழகான குழந்தையைக் கொடுத்த, தகப்பன். ஆனா நான் ராஜிக்குக் கொஞ்சம் அதிகப் பட்டவன். மற்ற பேருக்கும் சந்தோஷம் கொடுக்கறதில என்ன தப்புங்கறே? பேசாம இந்த மனசாட்சி கினசாட்சி எல்லாத்தையும் மற. இருபத்தேழாம் தேதி ராஜி காண்டாக்ட் ப்ரொக்ராமுக்கு பெங்களூர் போகப் போறா. அப்பப் பாரு நடக்கிறதை! யாருக்கும் எந்தவிதச் சேதமோ, பாதகமோ இல்லாம, பயமில்லாம நாம ரெண்டு பேர் மட்டும் சந்தோஷமா இருக்க முடியும். அதில என்ன சந்தோஷம் இருக்குங்கறதை நான் உனக்குக் காட்டறேன்.'

18
ராஜி

சுந்தரி சற்று படபடப்பாகத்தான் இருந்தாள். முகமெல்லாம் வியர்த்திருந்தது. நான் அவளை உட்காரவைத்து ஆசுவாசப்படுத்தி, 'சுந்தரி நீ எனக்குப் பிரசவத்தின்போது செய்த உதவிக்கு உனக்கு ஒரு பரிசு கொடுக்கலாம் என்றிருக்கிறேன். நல்லதொரு பட்டுப் புடைவையாக அல்லது நகையாகக் கொடுத்துவிடலாம் என்றிருக்கிறேன். வேண்டாம் என்று சொல்லக் கூடாது. என் அன்புக் கட்டளை இது' என்றேன்.

சுந்தரி உடனே அழ ஆரம்பித்தாள். எதற்காக அழுகிறாள் என்று வியப்பாக இருந்தது.

'என்ன சுந்தரி, ஏதாவது வீட்டில் மனஸ்தாபமா? உன் கணவர் வந்திருக்கிறாரா? இல்லை ஏதாவது கடன் தொல்லையா?' என்றேன். 'இல்லை இல்லை' என்று தலையாட்டினாள். கொஞ்சம் சுதாரித்துக்கொண்டு பேச ஆரம்பித்தாள்.

'ராஜி, ரெண்டு மூணு நாளா என் மனம் கிடந்து அல்லல்படறது. இதை எப்படி உங்கிட்டச் சொல்றது, இதைச் சொல்றதே சரியா தப்பா, நான் சொல்றதை நீங்க நம்புவீங்களோ இல்லையோ!'

'இரு சுந்தரி, சம்பத்தும் வந்துரட்டும். உனக்கு ஏதாவது ப்ராம்ப்ளம்னா அவர் தீர்த்து வெச்சுருவார்.'

'வேண்டாம் வேண்டாம். ராஜி, நான் உங்கிட்டதான் தனியா அதைச் சொல்லணும். சம்பத் வேண்டாம்.'

'ஏன் சுந்தரி?'

'நான் சொல்லவேண்டியது உங்க சம்பத்தைப் பத்தித்தான்!' என்றாள் கன்னத்தைத் துடைத்துக்கொண்டு.

'எனக்குச் சற்று வியப்பாக இருந்தது. சம்பத்தைப் பற்றி சுந்தரி என்னிடம் என்ன சொல்லப் போகிறாள்?

'ராஜி, மனசுக்குள்ளே இதை வெச்சுண்டு எத்தனை நாள் புழுங்கு வேன்! உங்களைப் போல நல்ல சினேகிதியை நான் பெறக் கொடுத்துவெச்சிருக்கேன். இருந்தாலும் ராஜி, இது உங்களுக்கு ரொம்ப அதிர்ச்சியா இருக்கும். சம்பத், சம்பத், வந்து...'

'என்னம்மா சொல்லு! தைரியமா சொல்லு.'

'சம்பத் என்னைத் தொந்தரவு பண்றார்!'

'உன்னையா? பணம் கிணம் கேட்டாரா?' என்றேன். சற்று ஆச்சரியப்பட்டு.

'பணம் இல்லை ராஜி, அவர் கேக்கறது. ராஜி! மன்னிச்சுக் கோங்கோ. இதைச் சொல்லவேண்டியது என் கட்டாய மாயிடுச்சு. சம்பத் என்னைக் கேக்கறார்!'

'வாட் நான்சென்ஸ்!' என்றேன்.

'ராஜி, நான் சொல்றதை முழுக்கக் கேட்டு என்னைப் பத்தி என்ன வேணா தீர்மானிச்சுக்க. என்னால உன் புருஷன் உபத்திரவம் தாங்க முடியலை. சம்பத்தை எனக்குக் கல்யாணம் ஆறதுக்கு முன்னாடி நன்னாத் தெரியும். சின்ன வயசில ஒரே ஊர்க்காராளா இருந்து, சந்தர்ப்பச் சூழ்நிலைல மெட்ராஸ்ல மறுபடி சந்திச்சு, அப்ப எங்க ரெண்டு பேருக்கும் ஒரு மாதிரி சினேகிதம் இருந்தது.

'ஒரு தடவை அவர் மகுடிப் பேச்சில மயங்கி மகாபலிபுரத்துக்குக் கூட்டிண்டு போயிருக்கார். சம்பத் என்னைக் கல்யாணம் செய்துக் கறதா இருந்தார். எங்கப்பா சம்பத்தைப் பத்தி விசாரிச்சதில அவர்

சொன்ன பொய் எல்லாம் அம்பலமானதில் கண்டிப்பா மாட்டேன்னு சொல்லிட்டார். அதுக்கப்புறம் நாங்க பிரிஞ்சு போயிட்டோம்.

'சம்பத்தை அப்புறம் நான் பார்க்கலை. எனக்குக் கல்யாணம் ஆயி மைசூர்ல வந்ததும் சம்பத்தை அடியோட மறந்தே போயிட்டேன். அதுக்கப்புறம் என்னன்னவோ சோதனை. ஆனா ரொம்பப் பெரிய சோதனை, எனக்கு போன வருஷம் சம்பத் திரும்பி வந்ததுதான். ரொம்பப் பெரிய ஷாக்காயிடுத்து. ஆனா சம்பத் இங்க மைசூர்ல கல்யாணம் பண்ணிக்கப் போறதாச் சொன்னதும் எனக்குக் கொஞ்சம் ஆறுதலாயிருந்தது. சம்பத் ஸ்திரமா வாழப் போறார்னு எதிர்பார்த்தேன். கல்யாணத்துக்கு எல்லாம் வந்திருந்தேன். நீங்க பண்ண உதவியை மனப்பூர்வா ஏத்துண்டேன்.

'ஆனா சம்பத்துக்கு எம்மேல் இருக்கிற மோகம் போகலன்னு சீக்கிரமே தெரிஞ்சு போச்சு. எதையாவது ஒரு விஷயத்தை வெச்சுண்டு அடிக்கடி, புருஷன் வேற இல்லையா, வந்துண்டே இருப்பார். மல்லிகைப்பூ, வளையல், என்ன என்னவோ கொண்டு தருவார். முதல்ல வித்தியாசமாத் தெரியாட்டாலும் எனக்குக் கொஞ்சம் வெறுப்பாகத்தான் இருந்தது.

'அப்புறம் கொஞ்சம் அதிகம் புழங்க ஆரம்பிச்சார். கிட்டத்திலே வீடு பார்த்துக் கொடுத்தார். என் புருஷன் பிச்சு இவரை ஏதோ மகான தேவதைன்னு சொல்லிண்டிருக்கார். சம்பத்துடைய உள் நோக்கம் எனக்கு மட்டும்தான் தெரியும். ரொம்பத் தொந்தரவு ராஜி. சந்தர்ப்பம் கிடைச்சபோதெல்லாம் என்னைத் தொடறதும், நான் மைசூருக்கு கல்யாணம் பண்ணிண்டு வந்ததே உனக்காகத் தான்னு சொல்றதும் எனக்கு நன்னாவே இல்லை. ரொம்ப வயத்தைப் போட்டுப் பிசைஞ்சது. ரொம்பக் குற்ற உணர்ச்சியா இருந்தது.

'ஆனா சம்பத் ஜகஜ்ஜாலப் புரட்டர். என்னை அப்படியே பேசிப் பேசியே கரைக்க ஆரம்பிச்சார். தனியா இருக்கற பொம்மனாட்டி எத்தனை நாளைக்கு இந்த மாதிரி நேர்த் தாக்குதல்களைச் சமாளிக்க முடியும்? நானும் ஒரு பெண் ஜென்மம்தான். எனக்கும் பலகீனம் இருக்கு. புருஷன் நேரில்லை. சம்பத் கண்ணுக்கு அழகா, நன்னாப் பேசக் கூடியவர். எல்லாம் சேர்ந்து, ராஜி, ரொம்ப பயம் வந்து புளியைக் கரைக்கிறது.

‘என்னைக்காவது ஒருநாள் உனக்கும் என் கணவருக்கும் துரோகம் பண்ணிடுவேன்னு பயமா இருக்கு. நீங்க இல்லாதபோது சம்பத் எங்கிட்ட வந்து பண்ற அட்டகாசம் தாங்க முடியலை. அதனால என்ன பண்றது, எப்படிச் சமாளிக்கிறதுன்னு குருட்டு யோசனை பண்ணிண்டிருந்தேன். பார்த்தேன். பேசாம, என்னதான் உங்க மேலயும் குழந்தை ஸ்ரீவத்ஸன் மேலயும் எனக்கு பாசம் இருந்தாலும் சம்பத்தை ஒட்ட வெட்டிர்றதுதான் எல்லாருக்கும் நல்லதுன்னு தோணிப் போச்சு. அதுக்கு ஒரே வழி, விஷயத்தை உங்ககிட்ட முழுக்க சொல்லிர்றதுதான் ராஜி.

‘சொல்றேன். தப்பா நினைச்சுக்காதீங்கோ. சம்பத்துக்கு ரெண்டு மூஞ்சி இருக்கு. நிசம் போலப் பாசாங்கு பண்ணக்கூடியவர் அவர். தேனொழுகப் பேசுவார். அவர் சொல்றது அத்தனையும் சத்திய வாக்கு போலத்தான் இருக்கும். இது அவரோட வெளில தெரியற முகம். உள்ளுக்குள்ள இருக்கிற அவர் முகத்தில் பொய், புனை, திருட்டு, காமாந்தகாரம், விரசம், அசிங்கம் எல்லாம் இருக்கு! அதை, நீங்க ரொம்பப் படிச்சவர், உங்களாலேயே கண்டு பிடிக்க முடிஞ்சுரும்னு நினைச்சேன். இல்லை, நீங்க இன்னும் கண்டுபிடிக்கலைன்னுதான் தோண்றது.

‘ஒரு பொம்மனாட்டிக்கு உள்ளுக்குள்ள இருக்கிற ஒரு எச்சரிக்கையாகவே அவருடைய பாசாங்கைக் கண்டு புடிச்சிருக்கலாம். ராஜி, நீங்க ரொம்ப நல்லவா. ஆனா ரொம்ப அப்பாவி. சம்பத் உங்களை முழுசா ஏமாத்தியிருக்கார். அவர் சொல்றது எதையுமே நம்பாதிங்கோ. எல்லாத்துக்கும் ஒரு இரட்டை அர்த்தம் இருக்கும். இதை நான் உங்ககிட்ட சொல்றதோட ஒரே நோக்கம் சம்பத்தோட தொந்தரவு எனக்கு எப்படியாவது முடிஞ்சாகணும். அதுக்காகத்தான். அதனால் உங்க மனசைப் புண்படுத்திட்டேன்னா நான் மன்னிப்புக் கேக்கறேன்.

‘ராஜி, சில வேளைகள்ல பொம்மனாட்டிகளும் கொஞ்சம் கை ஓங்கணும். அப்பத்தான் சம்பத் மாதிரி புருஷன்களைச் சமாளிக்க முடியும். நான் சொன்னதை நீங்கள் எப்படி தீர விசாரிப்பீங்கன்னு எனக்குத் தெரியாது. ஆனா நான் பொய் சொல்லலை! இதை சம்பத்தை வெச்சு ஷுதரிக்கிறதுங்கறது கஷ்டம். சம்பத்தைக் கேக்காதிங்கோ. ஜோடிச்சுப் பொய் சொல்லுவார். இதை நீங்க தனிப்பட்டு விசாரிக்கறதுதான் உத்தமம்.

‘சம்பத்தை நீங்க கல்யாணம் பண்ணிட்டிருக்கீங்க. அவரைத் திருத்தவேண்டியது உங்க கடமை. உங்களுக்காக இல்லா

விட்டாலும், இந்த அழகான குழந்தைக்காவாவது இந்த மனுஷ னோட அக்கிரமங்களை நிறுத்தவேண்டியது உங்க கடமை. உங்க சினேகிதத்தை இழக்கறதுக்காக நான்தான் வருத்தப்படறேன். இனிமே நான் இங்கு வரப்போறதில்லை.'

அவள் சொல்வதையெல்லாம் நிதானமாகக் கேட்டுக் கொண் டிருந்தாலும் என் மனத்தில் எண்ணங்கள் விமான வேகத்தில் பறந்துகொண்டிருந்தன. சம்பத்! நான் என்ன செய்வேன்! என்ன கேட்பேன்! எப்படிச் சமாளிப்பேன்?

18
சம்பத்

வளையல் விவகாரம் மறுபடி கம்பளிப்பூச்சி மாதிரி சுத்தியடிச்சுது. பாழாப்போன வளையல் இவ்வளவு சீக்கிரம் பல்லை இளிக்கும்னு எனக்குத் தோணலை. தெரிஞ்சிருந்தா அதை வாங்கி லாக்கர்ல போட்டிருப்பேன். ராத்திரி திரும்பி வந்ததும் அம்மாவும் பொண்ணும் வழி மறைச்சுண்டு. 'இதப் பாருங்கோ சம்பத்து'ன்னா. நான் எல்லாத்தையும் கேட்டேன். கொஞ்சம் ஜகா வாங்கிண்டு இன்னும் ஒரு வாரத்துக்குள்ளே இதைத் தீர்த்து வைக்கறேன்னு சொன்னேன். ஒரு வாரத்துக்குள்ள ஒரு …ம் முடியாது.

இப்பவும் அப்பாவிங்க அந்த வேலைக்காரப் பொண்ணைத்தான் சந்தேகப்படுறாளுக. வேடிக்கை. அடுத்த வாரம் என்ன பொய் தோண்றது பார்க்கலாம்னு, அதை அப்பவே விட்டுட்டேன். ரொம்ப பேஜார் சார். பொய் சொல்லி, பொய் சொல்லி, ஞாபகம் வெச்சுண்டு, ஞாபகம் வெச்சுண்டு உடம்பு ஒரு மாதிரி சுஸ்த் ஆயிடறது. இன்னும் எத்தனை கிளம்பப் போறது! எல்லாத்தையும் அப்பப்ப சமாளிக் கணுமே!

அவகிட்ட இருந்த பத்தாயிரத்தை வாங்கி வேட்டு விட்டாச்சு; அதை இன்வெஸ்ட் பண்றேன்னு சொல்லிட்டு கொஞ்சம் அர்ஜண்டாக் கடனை அடைச்சேன். கோர்ட்டில் பிராது போட்டுருவான் போல இருந்தது. பாக்கி காசில அவளுக்குப் பட்டுப் புடைவை எடுத்தேன். செக் விட்டுப் பார்க்கலாம்னா கடைல வாங்கிக்க மாட்டேன்னுட்டான். பாங்கில வடக்கத்திக் காரன் பத்மாஷ் கத்தறான்! ரப்பர் செக் விடற வழக்கத்தை ஒழிக்கணும். அதுக்காகக் கொஞ்சம் வசதியா இருக்கட்டு மேன்னு இந்த பத்தாயிரத்தைப் போட்டுப் புரட்டிண்டேன். ராஜிகிட்ட டிபாஸிட்ல பதினெட்டரை பர்ஸண்டுக்கு போட்டாச் சுன்னு சொல்லிட்டேன்.

பத்தாயிரத்தாலதான் வண்டி ஓடிண்டிருக்கு. அந்தச் சமயத்துல வந்து சேர்ந்தது லெட்டர் சமாசாரம். அவ அப்பா கல்யாணம் ஆறதுக்கு முன்னாடி ஏதோ ஒரு பட்சிக்கு என்னைப் பத்தி விசாரிச்சுக் கடுதாசி எழுதியிருக்கார். அது என்னமோ கழுகு மாதிரி துப்பறிஞ்சு என் ஜாதகம் பூரா விசாரிச்சு வெச்சிருக்கு. நான் வாங்கின கடன், முன்ன வேலை செஞ்ச கம்பெனில பேப்பர்ல விளம்பரம் கொடுத்து சீப்பட்டது எல்லாத்தையும் எழுதிட்டு, எச்சரிக்கை, சம்பத்கூட சம்பந்தம் வெச்சுக்க வேண்டாம்னு சாச்சு சாச்சு தாளி இங்கிலீஷ்ல பொளந்துகட்டி எழுதியிருக்கு! விதி பாருங்கோ! அது நிச்சயதார்த்தம் ஆன பிற்பாடு வந்து சேர்ந் திருக்கு. அப்ப மாமனார் கிழம், அந்தக் கடுதாசியை இக்னோர் பண்ணிடுத்தோ, மறைச்சி வச்சிடுத்தோ தெரியலை. ஒரு வருஷத் துக்கு அப்புறம் ராஜி இப்பத்தான் பார்த்திருக்கா! சும்மா சொல்லக் கூடாது. புருஷன்கிட்ட அத்தனை விசுவாசம் பாருங்கோ, நேர என்னண்டை கொண்டு காட்டியிருக்கா.

நான் அதைப் படிக்கிறப்பவே யோசிச்சேன். இதை எப்படி டாக்கிள் பண்ணலாம்? முதல்ல இந்தக் கடுதாசியை எழுதிய ஆளு என் போட்டிக்காரன், பரம விரோதின்னெல்லாம் சொல்ல லாம்னு பார்த்தேன். ம்ஹூம். பார்ட்டி மாமனாருக்குத் தெரிஞ்சு ஆளு. அதனால விவகாரம் வளரும். இன்னம் பொய் ஜோடிக்க வேண்டியிருக்கும். ரெண்டாவது கோவிச்சுண்டு பார்க்கலாம். அது சரின்னு தோணலை. திடீர்னு தோணித்து. குற்றச்சாட்டு எல்லாத்தையும் ஒத்துண்டுறது! குற்றச்சாட்டுகளுக்கு பிஸினஸ் பார்வையில வேற மாதிரி வியாக்யானம் தர்றதுன்னு தீர்மானிச்சேன். பேசினேன்.

'சம்பத்து, உங்களைப் போய் சந்தேகப்பட்டேனே'ன்னு வந்து கட்டிண்டுட்டா!

என்ன பண்றது! நான் முன்னமேயே சொல்லலியா? ஒரு லெவலுக்கு அப்புறம் பொய்ங்கறது மூச்சுக்கு அடுத்தபடியா ஆயிடறது. உண்மை சொன்னாலும் யாரும் நம்பப் போற தில்லை. பொய்யைத்தான் நம்பறதுக்கு ஜனங்கள் வரிசையாக் காத்துண்டிருக்கு. எனக்குப் பொய்ங்கறது அப்படிப் பழகிப் போயி, இப்ப நீங்களே தெருவில் என்னைப் பார்த்து, ஸாரி மணி என்னன்னு கேட்டீங்கன்னா நான் பத்தே முக்காலுக்கு பதினொன் னரைன்னுதான் சொல்வேன். எல்லாம் இந்த பாழாப் போற சுந்தரிக்காகத்தானே!

அவ அன்னிக்கு எங்கிட்ட வந்தப்புறம் கொஞ்சம் சபலம் அவளுக்கும் இருக்கும்னு தெரிஞ்சுப் போச்சோல்லியோ, அதோட விடமாட்டேன். நாசூக்கா நளினமாத்தான் நடத்து வேன். சுந்தரி எங்கிட்ட வந்து படுக்கறதுக்கு அதிக நாள் ஆகாது. ஆனா நாளைக்கே அதை நான் எதிர்பார்க்கக் கூடாது. மேலும் ராஜி வேற காண்டாக்ட் கோர்ஸுக்கு ஒரு வாரம் பெங்களூர் போறதாச் சொன்னா. அப்பக் கொஞ்சம் தீவிரமா முயற்சி பண்ணிப் பார்க்கலாம். கிடைக்கலைன்னாலும் பரவால்லை. அவ எங்க போறா! நான் எங்க போறேன்! மைசூர் எங்க போறது!

ஆனா ஒரு தடவை ஏறக்குறைய அவளைச் சிராச்சுட்டேன்னு தான் சொல்லணும். வசமா எங்கிட்ட வந்து மாட்டிண்டுட்டா. மொட்டை மாடிக்குப் பக்கத்து ரூம்ல உக்காந்துண்டு நகம் வெட்டிண்டிருக்கேன். கீழே ராஜி ராஜின்னு குரல் கேட்டது. ராஜி இல்லை. எல்லோருமா குழந்தையைத் தூக்கிண்டு டாக்டர் ஆத்துக்குப் போயிருந்தா. ட்ரிப்பிள் ஆண்டிஜென்னோ ஏதோ கொடுக்கப் போனா! ராஜி ராஜின்னு மாடிக்கு வந்தா. நான் கதவுக்குப் பின்னால ஒட்டிண்டேன். சுற்றிலும் பார்க்கறா. நான் பின்னாங்காலால கதவைச் சாத்திட்டு, 'ராஜி வேணுமா உனக்கு, வருவா'ன்னேன்.

திடுக்கிட்டு, 'சம்பத் ஒண்ணும் பண்ணாத, சம்பத். நான் போயிடறேன் சம்பத். கதவைத் திற சம்பத்'ன்னா.

'அய்யோ, நான் என்ன பூச்சாண்டியா? சுந்தரி, மகாபலிபுரம் ஞாபகம் இல்லியா? நான் உயிருள்ள வஸ்துக்கு ஏதாவது தீங்கு

பண்ணியிருக்கேனா? ரோஜா மாதிரி இருக்கே. ரோஜா மாதிரி தானே தொடப் போறேன். இது வலிக்குமா, இது வலிக்குமா?' என்று அவ மேற்கொண்டு பேசறதுக்கு முன்னாடியே அட்வான்ஸ் பண்ணிட்டேன். கையைப் பிடுங்கறா திராணி இல்லாம! மனசுக் குள், 'வேண்டாம் சம்பத், வேண்டாம் சம்பத்'ங்கறாளே தவிர நான் அவளை வீழ்த்தினபோது எதிர்ப்பே இல்லை! மெள்ள மெள்ள அவமேல படிஞ்சேன். அங்கதான் அய்யாவோட மாஸ்டர் ஸ்ட்ரோக். பட்டுன்னு எல்லாத்தையும் நிறுத்திட்டு, 'இத பாரு சுந்தரி, உனக்கு இஷ்டமில்லைன்னா உன்னை பலாத்காரப்படுத்த விரும்பலை. நான் ஒண்ணும் அப்படிப்பட்ட கிராதகன் இல்லை. நான் உனக்காகக் காத்திண்டிருக்கேன். எப்ப உனக்கு இஷ்டம் பரிபூர்ணமா இருக்கோ, அப்ப வா அல்லது அப்பக் கூப்பிடு. எழுந்திரு.'

அவ அப்படியே பாதில கலைஞ்சு எழுந்திருந்து பிரமிச்சுப்போயி புடைவையைச் சரி பண்ணிட்டு, கீழே போறா!

வந்துருவா, இன்னும் கொஞ்சம் நாள்தான்!

பரிபூர்ண இஷ்டத்தோட, 'சம்பத் இன்னும் கொஞ்சம் இன்னும் கொஞ்சம்'னு எங்கிட்ட கேட்கத்தான் போறா. பாத்துண்டே இருங்களேன்.

19
ராஜி

சுந்தரி சொன்ன விஷயத்தை வைத்துக்கொண்டு என்ன செய்வது என்று தீர்மானிக்க எனக்கு ஒரு நாளாயிற்று. இரவு முழுவதும் படுக்கையில் தூக்கமில்லாமல் புரண்டேன். அருகே நிம்மதி யாகத் தூங்கிக்கொண்டிருந்த சம்பத்தை அவ்வப் போது எழுப்ப முற்பட்டுக் கடைசி கணத்தில் தயங்கினேன். கொஞ்ச நேரம் சப்தமில்லாமல் அழுதேன். சுந்தரி சொல்வது உண்மையாக இருந்தால்! எப்படி, எவ்வளவு தீவிரமாக ஏமாற்றப்பட்டிருக்கிறேன், எவ்வளவு சுலபமாக ஏமாற்றப்பட்டிருக்கிறேன்! எத்தனையோ சோஷியலாஜியும் மனோதத்துவமும் படித்த வள். மற்ற பேருக்குப் பிரசங்கங்கள் பண்ணு கிறவள். பல்கலைக்கழகத்தில் முக்கியமான வள். புத்திசாலி. இருந்தும் மனித வாழ்வின் மிகப் புராதன ஏமாற்று வேலைக்கு மயங்கி விட்டேனா? எனக்கு ஒன்றுமே புரியவில்லை. சிந்தனை தெளிவில்லாமல் கலங்கிய சேற்று நீர் போல இருந்தது. சம்பத்தைக் கேட்டுவிட லாமா?

யோசித்தால், இந்த முறை வேண்டாம், இந்த முறை சம்பத்துக்கு அப்பாற்பட்டு அவருக்கு

வெளியே விசாரிக்கவேண்டும். முதலில் சுந்தரி சொன்னது நிஜமா என்று தெரியாமல் சம்பத் எப்பேற்பட்டவர் என்ற தீர்மானத்தை ஒத்திப்போட்டேன். நான் படித்தவள். புத்தியுள்ள வள். முதலில் உண்மைகள்! ஃபாக்ட்ஸ்! ஆரம்பத்திலிருந்தே இதை ஆராய முற்பட்டேன். முதலில் மழுப்பப்பட்டு மன அலமாரிக்குள் பத்திரம் செய்து வைக்கப்பட்டிருந்த சந்தேகங்கள் அனைத்தையும் மறுபரிசீலனை செய்யத் தொடங்கினேன். முதலில் அந்தத் தங்க வளையல். அதை எடுத்தது சம்பத்தா, இல்லை வேலைக்காரிதானா? சம்பத்தின் அலமாரியை நான் சாதாரணமாகக் குடைந்ததே கிடையாது. இப்போது திட்டமிட்டு பூட்டியிருந்த அலமாரிக்குச் சாவி போட்டுத் திறந்து அதில் உள்ள காகிதங்கள் அனைத்தையும் நிதானமாகப் பார்த்தேன்.சம்பத் இல்லாதபோது. பல விஷயங்கள் தெரிய வந்தன. கொச்சின் ஜொல்லர்ஸ் என்கிற கடையிலிருந்து ஒரு ஜோடி கவரிங் வளைய லுக்கு பில் இருந்தது. அப்புறம் சில கடிதங்கள். எழுதியவர்கள் பெயர் எல்லாம் பரிச்சயமில்லை. ஆனால் எல்லோரும் ஒரே குரலில் எழுதியிருந்தார்கள்.

'சம்பத், நீ இப்படி ஏமாற்றுவாய் என்று நினைக்கவே இல்லை. வருகிற ஆகஸ்ட் எட்டாம் தேதிக்குள் பணம் வரவில்லை என்றால் கோர்ட்டில் கேஸ் போட உத்தேசம். நீ கொடுத்த பட்டா டாக்குமெண்ட் அத்தனையும் பொய் என்பது தெரிகிறது. சம்பத், இதை வெளியே இழுத்து விட்டால் கிரிமினல் கேஸாகும் என்பது உனக்குத் தெரியாதா? ஏன் இப்படி ஏமாற்றுகிறாய்! உன்னை நம்பிப் பணத்தை அனுப்பிவிட்டு அந்த அம்மாள் தினம் கண்ணீர் விட்டுக் கதறி அழுகிறாள்.'

'உன்னுடைய செக் இதோடு இரண்டாம் முறை பவுன்ஸ் ஆகிவிட்டது. இந்தக் கடிதம் கண்டதும் டிராப்ஃட் மூலமாகத் தொகை அனுப்பவில்லையெனில் லாயர் நோட்டீஸ் உடனே அனுப்பப் போகிறேன். உனக்கு வெட்கமாக இல்லை?'

எல்லாக் கடிதங்களையும் அப்படியே திரும்ப அவற்றின் இடத்தில் வைத்து அலமாரியைப் பூட்டிவிட்டேன்.

காலை உடனே புறப்பட்டு, சம்பத்தின் ஆபீசுக்குச் சென்றேன். அவர் அங்கே இல்லை. பூட்டியிருந்தது. போஸ்ட் ஆபீசைக் கடக்கும்போது, 'என்ன ராஜி இந்தப் பக்கம்?' என்று குரல் வர, சம்பத் நின்றுகொண்டிருந்தார்.

'ஆபீசுக்குத்தான் போனேன்.'

'வாயேன், என்ன விஷயம்?'

'அங்க போய்ச் சொல்றேன். சம்பத்.'

'சம்பத் என்னை ஒரு மாதிரியாகப் பார்த்து, 'என்ன விஷயம்?' வளையலா மறுபடி?'

'இல்லை சம்பத். வாங்களேன் சொல்றேன்.'

ஆபீசைத் திறக்கும்போது, 'கொஞ்சம் குப்பையா இருக்கும். பையன் வரலை. நீ ஆபீசுக்கு வந்தது இல்லை இல்லை? வேணா போய் காபி கிளப்பில் உட்காந்து பேசுவோமா?'

'இல்லை சம்பத். உங்க ஆபீசை எனக்குப் பார்க்கணும்.'

கன்ஸல்டன்ஸி போர்டு சாய்மானத்தில் நின்றுகொண்டிருக்க, உள்ளே பாதி கடித்த இறைச்சித் துண்டமும், ஒரு காலி சோடா பாட்டிலும் இருந்தன. காகிதங்கள் அங்குமிங்கும் இறைந்திருக்க, 'டெபோனேர்' பத்திரிகைப் பிரதி ஒன்று தெரிந்தது. ஃபைல் கியில் எதையும் காணவில்லை.

'இதான் ஆபீசா சம்பத்?'

'நேத்தி ஒரு பார்ட்டி நடந்தது. கஸ்டமர் வந்திருந்தான். இந்தப் பையன் வேற வரலையா...'

'சம்பத், நான் கொடுத்த பத்தாயிரத்தை என்ன பண்ணீங்க?'

'நம்ம பேர்ல இன்வஸ்ட் பண்ணியிருக்கேன். ஏன்?'

'எனக்குக் கொஞ்சம் பணம் வேணும்.'

'எத்தனை?'

'எல்லாமே.'

'பத்தாயிரம் ரூபாதானே! எப்ப, இப்பவே வேணுமா? பாங்குல போய் எடுத்துண்டு வரவா?'

'பாங்கில நம்ம அக்கவுண்டில பணம் இல்லை சம்பத். பார்த்துட்டேன்.'

'இல்லாட்டி என்ன? உனக்குப் பணம்தானே வேணும்?'

'சம்பத், எனக்கு அந்த இன்வெஸ்ட் பண்ண ரசீதைப் பார்க்கணும்.'

'தோ காட்டறேனே!' என்று டிராயரைத் திறக்க முற்பட்டவர், 'என்னது, சாவி எங்க? பையன் வரட்டும். ஆத்தில வெச்சுட்டு வந்துட்டேன். எதுக்குக் காட்டணும்கிறே? எம்மேல ஏதாவது சந்தேகமா, சொல்லு.'

'இல்லை. ஜஸ்ட் பார்க்கணும்.'

'அவ்வளவுதானே! காலேஜுக்கு அனுப்பி வைக்கறேன். இல்லை நானே கொண்டு வந்துர்றேன்.'

'இல்லை சம்பத்! பார்த்துட்டுப் போறேன்.'

சம்பத் என்னை நேராகப் பார்த்தார். 'ராஜி, எனிதிங் ராங்?'

'இல்லை' என்றேன் தரையைப் பார்த்துக்கொண்டே.

'இல்லை. ஏதோ ஆகியிருக்கு. கொஞ்சம் இரு. சுந்தரி எதாவது சொன்னாளா?'

நான் ஈனஸ்வரத்தில், 'இல்லை' என்றேன்.

'என்ன சொன்னா, சொல்லு.'

நான் உடனே அழ ஆரம்பித்தேன்.

'எதுக்கு அழறே ராஜி. சொல்லு? இத பார், அழக் கூடாது' என்று என்னருகே வந்து என் கன்னத்தை வருட ஆரம்பித்தார். அவர் கையைப் பிடுங்கித் தூர எறிந்தேன். 'டோண்ட் டச் மி!' என்றேன்.

'சரி தொடலை. சுந்தரி என்ன சொன்னா? அதையாவது சொல்லு.'

'நான் வரேன்' என்று எழுந்தேன்.

'என்னன்னு சொல்லாமப் போறயே?'

'எல்லாம் சொன்னா.'

'எல்லாம்னா?'

'நீங்க யாரு, உங்க குணம் என்ன, உங்க மூஞ்சி என்ன எல்லாமே...'

'அப்படியா?' என்று சிரித்தார். எப்படிச் சிரிக்க முடிகிறது! 'இதோ பார் ராஜி! நான் சொல்றதைக் கொஞ்சம் கேக்கற மன நிலையில் இருக்கியா நீ?'

'இல்லை.'

'நீ கேட்டுத்தான் ஆகணும். எந்தக் கோர்ட்டிலேயும் ரெண்டு கட்சி இருக்கு!'

'இத பாருங்க, உங்க பொய்யல்லாம் கேட்டாச்சு. உங்களுக்கு வந்த லெட்டர்ஸ் எல்லாம் படிச்சாச்சு. இனிமே மயங்கற ஆளில்லை நான்.'

'என்ன பொய்? என்ன பொய்?'

'சொல்றேன். ஒவ்வொண்ணாச் சொல்றேன். முதல்ல அந்த வளையல். வேலைக்காரப் பொண்ணுமேல பழியைப் போட்டுட்டு கவரிங் நகையை எனக்கு வாங்கிக் கொடுத்துட்டு...'

சம்பத், 'கொஞ்சம் இதப் பாரு' என்று டிராயரைத் திறந்தார்.

'இது என்ன?'

அதில் இரண்டு தங்க வளையல்கள் இருந்தன! என்னுடைய பழைய வளையல்தான்!

'உங்க ரெண்டு பேருக்கும் சொன்னாப் புரியாது ராஜி. என் சுபாவம் புரியாது. வேலைக்காரிதான் எடுத்திருந்தா. அவளைப் போட்டு திட்டறதில பிரயோசனமில்லைன்னு நான் முதல்ல உங்க ரெண்டு பேரையும் திருப்திப்படுத்தறதுக்காக ஒரு கவரிங் வளையலை வாங்கிக் கொண்டுவந்து கொடுத்தது என்னவோ நிசம். ஆனா அந்த கேஸை நான் பர்ஸ்யூ பண்ணலியா? போலீஸ்ல பிராது கொடுக்கலைங்கறியா? கொடுத்து அந்தப் பொண்ணு எங்க வித்திருக்குன்னு கண்டுபிடிச்சு சேட்டுக் கடைக்குப் போய் மீட்டுட்டு வரலையா? சோரிமால்னு அவன் உருக்காம வெச்சிருந்தான். நல்லவேளை! இப்ப வரியா, போலீஸ் ஸ்டேஷனுக்குப் போகலாம். அங்கே என் கேஸ் பதிவாயிருக்கா பார்க்கலாம் வா!'

எனக்கு பிரமிப்பாக இருந்தது. குழப்பம் மறுபடி தொடங்கி விட்டது.

'அப்புறம் நான் கடன்காரன். பணம் கேட்டு எல்லாரும் கடிதம் எழுதியிருக்காங்கறே. சரி, லெட்டர் ஒண்ணாவது தேதி பார்த்தியா? உங்கிட்டருந்து மறைக்க உத்தேசம் இருந்தா இந்த லெட்டர் எல்லாம் கிழிச்சுப்போட்டிருக்க மாட்டேனா? அதெல் லாம் பழைய கடன்தான்! நான்தான் உங்கிட்ட ஒப்புத்துக்கலியா? பிஸினஸ்னா முன்ன பின்னதான் இருக்கும். ஒரு பிரியட்ல ஏகப்பட்ட கடன் வரும். லாஸ் வரும். இதெல்லாம் படிச்சவ உனக்குத் தெரியாதா? ராஜி ஆல்ரைட், நீ சந்தேகப்படறே. உன் பணம் பத்தாயிரம் ரூபாயை எடுத்துண்டு செலவழிச்சுட்டேன்னு சந்தேகம் இருக்கு உனக்கு. நியாயம்தான். இப்ப அந்த இன்வெஸ்ட்மென்ட் சர்டிபிகேட்டைக் காட்டின்னா என்ன சொல்றே?' பிளாஸ்டிக் பர்ஸிலிருந்து உருவி அந்த சர்டிபிகேட்டை என் முன் நீட்டினார்.

'சம்பத், எனக்கு உங்க பிஸினஸ் தகிடுதத்தங்களைப் பத்தி எந்தவிதக் கவலையும் இல்லை. நீங்க என்ன வேணா செய்துட்டுப் போங்க. பணம் புரட்டுங்க. கவலையே இல்லை. ஆனா...'

'ஆனா இன்னிக்கு சுந்தரி வந்து சொன்னதுதான் உனக்கு பெரிய அதிர்ச்சி. இல்லையா?'

'ஆமாம் சம்பத்.'

'அவ என்ன சொன்னா? அதை நீ சொல்லவேண்டாம். என்ன சொல்லியிருப்பா? சுந்தரி எங்க ஊர்க்காரின்னு சொல்லலியா உங்கிட்ட? உனக்கு அறிமுகப்படுத்தலையா? அவளுக்குப் பக்கத் தில் வீடு பார்த்துக் கொடுக்கும்படி நீதானே எங்கிட்ட சொன்னே? பிரசவத்தின்போது அவளை நீங்கதானே தலைக்குமேல தூக்கி வெச்சுக் கொண்டாடினீங்க, (தானா) நானா!

'இல்லை! இந்த சுந்தரியை எனக்குச் சின்ன வயசில இருந்து தெரியும். இவ வந்து ஸ்கூல்ல படிக்கிறப்ப ஆடின ஆட்டம் எல்லாம் தெரியும். ஜெகதீசன்னு மானிட்டர் இருந்தான். அவன்கூட சினிமாவுக்குப் போயிட்டு ராத்திரி திரும்ப வராம சிங்கியடிச்சதும் எனக்குத் தெரியும். இவாத்தில இவளை எனக்குக் கேட்டப்ப எங்கப்பா கண்டிப்பா மாட்டேன்னுட்டா. ரொம்ப ஃப்ளர்ட்! இதெல்லாம் உனக்கு எதுக்கு? இப்பத்தான்

திருந்திட்டாளே! கல்யாணம் ஆயிடுத்து, திருந்திட்டாளேன்னு பேசாம இருந்தேன். மைசூர்ல எதேச்சையாச் சந்திச்சபோது, தனியா இருக்கறப்ப பார்வையே நன்னால்லை. எதுக்காகத் தன் புருஷனுக்கு முடியாமைன்னு உங்கிட்டச் சொல்லணும்? அந்தச் செய்தி எனக்கு வந்து சேரட்டும்னுதானே! அந்தப் பொண்ணு லேசுப்பட்டவ இல்லை.'

19

சம்பத்

சுந்தரியை அதுக்கப்புறம் கொஞ்சம் நூல் விட்டேன். தினம் தினம் தொந்தரவு பண்ணக் கூடாது. சம்பத்தோடு கொள்கையே அதான். மொள்ளத்தான் எல்லாம். நடக்கவேண்டியது நடந்தே தீரும். இடையில் ராஜி கொஞ்சம் அராத்து பண்ண ஆரம்பிச்சுட்டா. திடீர்னு கார்த்தாலை கடைத்தெருவில் வந்து சய்யுனு நிக்கறா. எனக்கு ஒரு மாதிரி ஆய்டுத்து. என்னடா இவ இங்க வரா, என்ன விஷயம்னு.

என்ன ஆச்சு? எப்பவும் போலக் கடையைத் திறக்கறதுக்கு முன்னாடி போஸ்ட் ஆபீஸ்ல போய் தபால் பாக்கப் போயிருக்கேன். அங்கே வந்து நிக்கறா. 'என்ன விஷயம், வளையலா மறுபடி'ன்னேன். வளையலாகத்தான் இருக்கும். இது ரொம்பக் கடிக்கிறதுன்னு அங்க இங்க கொஞ்சம் அந்தப் பத்தாயிரத்திலேயே பணத்தைப் புரட்டி அந்த வளையலை சேட்டுக்கிட்டருந்து மீட்டு வெச்சிருந்தேன். ரொம்ப சூடாயிருந்ததுன்னா படக்குன்னு உருவி எடுத்துக் கொடுத்துடலாம்னு. அது என் ஸ்பெஷல், அது என்ன சொல்வாங்க, உத்தி!

அதும்படி வளையலான்னு கேட்டா இல்லைங்கறா. வளையல் இல்லைன்னா வேற என்ன? பழசையெல்லாம் போட்டுக் குடையப் போறாளா? ஆபீசுக்குப் போகணும்னா. 'வா போகலாம்'னேன். ஆபீஸ் குப்பையா இருந்தது. அதெல்லாம் சமாளிக்க இப்ப நேரமில்லை. இந்த விஷயம் கொஞ்சம் பெரிசு போல இருக்கு. 'அதான் ஆபீசா?'ன்னு கேட்டா. ராஜி குரல்ல புதுசா ஒரு ஏளனத்தைப் பார்க்கறேன்.

இந்த மாதிரி தொனில அவ பேசினதே இல்லை. என்னவோ பெரிசுதான். சம்பத்... வார்த்தையை விடாம உஷாராயிரு!

முதல்ல, 'நான் கொடுத்த பத்தாயிரத்தை என்ன பண் ணிங்க'ன்னா?

ஓ இதானா சேதி! இது சுலபமாச்சே! ஒரு போலி ரசீது வெச்சிருக் கேன். 'நம்ம பேர்ல இன்வெஸ்ட் பண்ணி இருக்கேன்'னேன். 'சர்டிபிகேட்டைப் பார்க்கணும்'னா.

காட்டறேன்னேன். கொஞ்சம் காலம் தாழ்த்தினேன். 'டிபாஸிட் டுக்கு ஒரு ரசீது வெச்சிருந்ததா ஞாபகம். எங்க வெச்சன்னு ஞாபகமில்லை. பையன் வரட்டும். காட்டறேன். உனக்கு என்ன, பணம்தானே வேணும்! பத்தாயிரம், இதோ புரட்டிண்டு வரேன்' னேன். மசியலை. 'அக்கவுண்டில் பணம் இல்லை'ன்னா. பேச மாட்டேங்கறா. ஒரு மாதிரி சந்தேக முழி முழிக்கறா. எனக்கு சட்டுன்னு உதயமாச்சு. 'சுந்தரி ஏதாவது சொல்லிட்டாளோ?' ன்னே கேட்டேன். இல்லைன்னா, ஹீனமா. 'என்ன சொன்னா, சொல்லு?'ன்னா உடனே அழ ஆரம்பிச்சா. கையைப் பிடிச்சு ஆறுதல் சொல்ல விரும்பினா, புடுச்சித் தூர எரியறா! 'டோன்ட் டச்மி'னு கோவத்தில் கத்தறா.

சரிதான், விஷயம் கொஞ்சம் சீரியஸ்தான் சம்பத்துன்னு, 'சரி தொடலை, சுந்தரி என்ன சொன்னா? அதையாவது சொல்லு! பைத்தியம் பயந்துபோய் வாயைக் கொட்டிருக்கு போல இருக்கு. என்ன சொல்லியிருக்கும்னு யோசிச்சுப் பார்க்கறேன். 'சம்பத், எனக்கு எல்லாம் தெரிஞ்சு போச்சு'ன்னா. 'நீ யாரு, உன் குணம், உம் மூஞ்சி, உன் எல்லாமே தெரிஞ்சு போச்சு'ன்னா. அப்படியான்னு சிரிச்சேன்.

மனசுக்குள் விறு விறுன்னு எண்ணங்கள் ஓடறது. எப்படி ஜோடிக்கப் போறேன், எப்படி சமாளிக்கப் போறேன்? இது

கொஞ்சம் பெரிசு. கொஞ்சம் கோர்வையாவே பொய் சொல்லணும். முதல்ல அவகிட்டருந்து கொஞ்சமாவது நம்பிக்கையைத் திரும்ப வாங்கி ஆகணும். அதுக்கு தங்க வளையல் உதவி பண்ணும்போல இருந்தது.

அவளேதான் நல்லவேளை வளையலைப் பத்தி ஆரம்பிச்சா. நான் படக்குன்னு டிராயரைத் திறந்து அவ பழைய வளையலை எடுத்து அலட்சியமாகக் காட்டினேன். அங்கேயே காட் அண்ட் பௌல்ட்! ஒரு மாதிரி சுஸ்தாயிட்டா. 'முதல்ல கவரிங் வளையலை வாங்கிக்கொடுத்தது வாஸ்தவம்தான். ஏன்னா ரெண்டு பேரும் சேர்ந்து வேலைக்காரியைத் திட்டிண்டிருந்திங்க அது நிக்கறதுக்கே அந்தமாதிரிப் பண்ணினேன். அதுக்கப்புறம் விசாரிச்சு கேட்டுட்டு, கண்டுபுடிச்சு...' என்ன என்னவோ அளந்தேன். அளந்ததெல்லாம் சரியாயிடும். ஏன்னா மூஞ்சி முன்னால முழுசா வளையல் இருக்கு.

அதுக்கப்புறம் என் கடன் விவகாரத்தை மறுபடி எடுத்து பார்ட் பார்ட்டா அலசினேன். பிஸினஸ்னா இப்படித்தான் இருக்கும்னு அதே பல்லவி! அதுக்கப்புறம் டிபாஸிட்டு சர்ட்டிபிகேட்டைக் காமிச்சேன். சர்ட்டிபிகேட் 'சாமுண்டீஸ்வரி பினான்ஸியர்ஸ்'னு பதினெட்டரை பர்ஸண்ட் இண்ட்ரஸ்ட்டுக்கு ஷோக்காத்தான் இருந்தது!

•

20

ராஜி

சுந்தரியை நம்புவதா, சம்பத்தை நம்புவதா? எனக்குக் குழப்பமாகத்தான் இருந்தது. சரியாகத் தீர்மானிக்க முடியவில்லை. சரம் சரமாக சம்பத் பேசிக்கொண்டிருந்தபோது யோசித்தேன். இந்த மனிதர் ரொம்ப தேர்ந்த புளுகுக்காரர் அல்லது ரொம்ப நல்லவர். இவரை எப்படி வகைப்படுத்துவது? கண்களில் ஒருவிதமான குற்றமும் இல்லை. சிரிக்கும் கண்கள், எல்லாவற்றுக்கும் ஏற்ற பதில் ஒன்று வைத்திருக்கிறார். இவரை யாராலும் நேசிக்காமல் இருக்க முடியாது. இத்தனை அழகாக இருப்பவர்மேல் மற்ற பெண்களுக்குச் சபலம் ஏற்படுவதை எதிர்பார்க்கலாமே? சுந்தரி அப்படிப்பட்டவளா என்ன? யாருக்குத் தெரியும்? கணவனிடமிருந்து வருஷம் முழுவதும் பிரிந்து இருக்கிறாள். கணவன் குறைபட்டவன். சம்பத்தைச் சின்ன வயசிலிருந்தே தெரியும். அதனால் சம்பத்திடம் கொஞ்சம் தரக்குறைவாக அவள் நடந்துகொண்டிருக்கலாம். சம்பத்தைப் பற்றி தீர்மானமாக முடிவெடுப்பதைத் தள்ளிப் போட்டுவிட்டேன். இருந்தாலும் சம்பத்தை நான் ஒருவகையில் சில தினங்களுக்கு கவனிக்கவேண்டும்தான்.

'அவள் புருஷன் வந்ததும், தீர்த்து வைக்கிறேனா இல்லையா பாரு' என்று பொருமினார்.

'வேண்டாம் சம்பத். இதை இதோடு வெட்டிரலாம்' என்றேன்.

'இது காளான்போல. இதைப் பரவவிடக் கூடாது' என்றார்.

வாஸ்தவம்தான். இருந்தும் எனக்குக் குழப்பமாகத்தான் இருந்தது. ஆனால், 'இனிமேல் சுந்தரியுடன் பழக்கம் அதிகம் கூடாது' என்று சம்பத்தே சொன்னார். காலேஜுக்குப் புறப்பட்டேன்.

சம்பத் மிகவும் வருத்தமாகத் தோன்றினார். ஒருவேளை அவர் மனம் நிஜமாகவே புண்பட்டு விட்டதோ என்று தடுமாற்றமாக இருந்தது. அதைக் காண்பித்துக்கொள்ளாமல்தான் புறப்பட்டேன்.

பதினொரு மணிக்கு லெக்சர் எடுத்துக்கொண்டிருந்தபோது சம்பத் என்னைப் பார்க்க வந்திருப்பதாகச் சீட்டு அனுப்பியிருந்தார். வகுப்பு முடிந்ததும் போய்ப் பார்த்தேன். சம்பத் ஆச்சரியமாக ஒன்றைச் சொன்னார். என்னதான் சொன்னாலும் தன்மேல் சந்தேக நிழல் தீராது; அதற்காக மந்த்ராலயா போகிறேன் என்றார். 'ஒரு ஆண்பிள்ளை அழகாக இருந்தால் கல்யாணம் பண்ணிக்கக்கூடாது' என்றார்.

'நான் சந்தேகப்பட்டதற்காக மந்த்ராலயா போக வேண்டாம்' என்றேன்.

'ஆத்ம சாந்திக்கு' என்றார்.

அவரைப் பரிசோதிக்க எண்ணி 'நான் பங்களூர் போய் வந்ததும் போகலாமே' என்றேன்.

சம்பத் பளிச்சென்று 'நீயில்லாமல் எனக்குத் தனியாக மைசூரில் இருக்க விருப்பமில்லை' என்று சொல்லிவிட்டார். இருவருக்குமே நிம்மதி இருக்காது. நான் திரும்பி வந்தபின் இருவரும் மந்த்ராலயா போகலாம் என்றார். என்னுடன் பங்களூர் வந்து விடுவதாகச் சொன்னார். சம்பத்தின் இந்தக் கூற்று மிகுந்த ஆச்சரியத்தையும் கொஞ்சம் நம்பிக்கையையும் ஏற்படுத்தியது. ஒருவேளை இவர் நிஜமாகவே தன்னுடைய புற அழகை மதிக்காதவர். நம்பிக்கை ஏற்படும்வரை என்னுடையே சதா

இருக்கிறேன் என்றது மனத்துக்கு இதமாக இருந்தது. நிஜமாகவே உள்ளம் நொந்து பேசுவது போலத்தான் இருந்தது.

ஒரு கட்டத்தில் அவர்மேல் பாவமாக இருந்தது. கன்னத்தில் கைவைத்து முகத்தைத் திருப்பி, 'சம்பத், நீங்க யாரு?' என்று கேட்டேன்.

'உன் புருஷன்' என்றார்.

'அது மட்டும்தானா' என்று அவர் கன்னத்தைக் கிள்ளிவிட்டு, 'சம்பத், என்னை ஏமாற்றாதீர்கள்' என்று கைவிரலை அழுத்தினேன். சிரித்தார்.

எனக்கு சம்பத்தின்மேல் எல்லாச் சந்தேகங்களும் தீர்ந்துவிட்டன என்று அப்போது சொல்ல முடியவில்லை. இருந்தும் அப்போதைக்கு என் மனம் கொஞ்சம் லேசாகிவிட்டது என்றுதான் சொல்லவேண்டும்.

சுந்தரியை அதற்கப்புறம் பார்க்கவே இல்லை. காணாமற் போனது போல் ஆகிவிட்டாள். தினம் இரண்டு முறையாவது வந்து குழந்தையைப் பார்த்துவிட்டுப் போவாள். அம்மாகூட, 'என்னடி இது, இந்த சுந்தரிக்கு என்ன ஆச்சு? எதாவது சண்டையா? வரவே இல்லையே!' என்றாள். நான், 'என்னவோ தெரியலைம்மா. ஒருவேளை புருஷன் வந்திருப்பாரோ' என்றேன்.

அம்மா ஒரு முறை அவள் வீட்டுக்குப் போய் விசாரித்திருக்கிறாள். உடம்பு சரியில்லை என்று சொன்னாளாம். குற்ற உணர்ச்சி! ஆனால், ஒரு பெண் இப்படி நேரடியாக மற்றொரு மனைவியிடம் வந்து, 'உன் புருஷன் என்னைத் தொந்தரவு செய்கிறான்' என்று சொல்வாளா என்று யோசித்துப் பார்த்தேன். சுந்தரி மிகவும் பொறாமைக்காரியாக இருக்க வேண்டும். அல்லது அவள் நிஜமாகவே ஒருவிதமான டெஸ்பரேஷனில் அதைச் சொல்லியிருக்க வேண்டும். என்மேல் பொறாமைப்பட என்ன இருக்கிறது? இல்லையா என்ன? கண் நிறைந்த கணவன், அழகான குழந்தை, வேலை. எல்லா விதத்திலும் நான் அதிர்ஷ்டக்காரிதான். பொறாமை என்னவெல்லாம் செய்ய வைக்கும் என்பதற்கு இது ஒரு எடுத்துக்காட்டு. அல்லது...

பங்களூருக்கு ஒரு வாரம் போகவேண்டியிருந்தது. குழந்தை ஸ்ரீவத்ஸனை விட்டுவிட்டுப் போக எனக்கு மனசே இல்லை.

சம்பத் குழந்தையை எடுத்துக்கொண்டு வரக்கூடாது என்று சொல்லிவிட்டார். அம்மா குழந்தையை எட்டூருக்குப் பார்த்துக் கொள்வேன் என்றாள். பெரும்பாலும் அம்மாவிடம்தான் இருக் கிறான். நான் காலேஜிலிருந்து திரும்பி வரும்போது வாசலில் என்னைப் பார்த்ததும் மோகனமாகச் சிரிப்பான். சம்பத்தேதான். சிரித்துவிட்டு என்னிடம் கொஞ்ச நேரம்தான். உடனே பாட்டி யிடம் தாவி விடுவான். ஒரு வாரம் இந்த அதிசய மனிதனைப் பார்க்காமல் எப்படி இருக்கப் போகிறேன் என்று அழுகை வந்தது. சம்பத், 'பங்களூருக்கு நாமிருவரும் தனியாகத்தான் போகவேண்டும்' என்றார். 'கல்யாணம் ஆகி இதுதான் முதல் தேனிலவு' என்றார். யோசித்துப் பார்த்தால் அதுதான்.

காண்டாக்ட் கோர்ஸ் பங்களூரில் மைசூர் பாங்க் சர்க்கிளில் ஒரு கல்லூரியில் ஏற்பாடு செய்திருந்தார்கள். காலை எட்டு மணிக்கே கிளம்பிவிடுவேன். மதிய உணவுக்கு உட்லண்ட்ஸ் போய் விடுவோம். 'சம்பத், ஓட்டலில் போர் அடித்துக் கொண்டிருக்க வேண்டாம். நீங்களும் வாங்களேன்' என்றேன். அவருக்கு ஏகப் பட்ட வேலை.

காண்டாக்ட் கோர்ஸில் பலதரப்பட்ட மாணவர்கள் இருந் தார்கள். சற்றே இளமையாக கொஞ்சம் பூனைக் கண்களுடன் ஒரு பையன் இருந்தான். விசாரித்ததில் அவன் ஒரு சப் இன்ஸ்பெக்ட ராம். 'லஞ்சம் கொடுத்தேன்' என்று சிரித்தான். கண்கள் கபட மில்லாமல் இருந்தன. ஏதோ ஒரு ஆர்வத்தினால்தான் சோஷியாலஜி படிக்கவந்திருப்பதாகச் சொன்னான். என்னுடைய விரிவுரை நன்றாக இருப்பதாகச் சொன்னான். நிறைய சந்தேகங் கள் கேட்டான். டிபனுக்கு காசு கொடுத்ததை வாங்க மாட்டேன் என்றான். 'உன் பேப்பரை நான் திருத்தப் போவதில்லை. எதற்குக் காக்காய் பிடிக்கிறாய்?' என்றேன். அவன் பெயர் பெம்மையா. ஒரு கூர்கி. ஒருமுறை மதிய இடைவேளையின்போது அவனுடன் பங்களூர் மெஜஸ்டிக் ஏரியாவில் நடந்து சென்றபோது 'பெம், உங்கிட்ட ஒண்ணு கேக்கணும்' என்றேன்.

'என்ன? சொல்லுங்கள்.'

'நீ ஒரு போலீஸ் ஆபிஸர் என்கிறாய். ஒரு ஆசாமி பொய் சொல் கிறானா என்று கண்டுபிடிக்க, தீர்மானமாக ஏதாவது முறை இருக் கிறதா?' என்றேன்.

20
சம்பத்

இந்த சாமுண்டீஸ்வரி பினான்ஸியர்ஸ் என்னோட கம்பெனின்னே அவளுக்குத் தெரியாது! சும்மா ஒரு லெட்டர்ஹெட். அவ்வளவு தான். இரண்டையும் பார்த்ததுமே கொஞ்சம் இளகிட்டா. அப்புறம்தான் சுந்தரி விவகாரத்தை எடுத்தேன். அதை உல்ட்டா பண்ணிட்டேன். 'சுந்தரியச் சின்ன வயசிலே இருந்தே எனக்குத் தெரியும். அப்பவே இது ஒரு கேஸு! ஸ்கூல்ல படிக்கிறப்பவே ஃப்ளர்ட்டு, ஜெகதீசன்னு மானிட்டர் ஞாபகம் வந்தது. கழுத்தில் கர்ச்சீப் போட்டுண்டு பவுடர் எல்லாம் போட்டுண்டு ஸ்டைலா இருப்பான். அவன் ஞாபகம் வந்தது. 'இந்தப் பொண்ணு அவன்கூட சினிமாக்குப் போய்ட்டு ராத்திரி திரும்பலை. என்னைக் கேட்டா! ரொம்ப ஃப்ளர்ட்டுன்னு அப்பா வேண்டாம்னுட்டார். மைசூர்ல எதேச்சை யாத்தான் சந்திச்சேன். திருந்திடுத்துன்னு நினைச்சேன். நீதானே இவளுக்கு எல்லா ஒத்தாசையும் பண்ணச் சொன்னே! நானா ஏதாவது செஞ் சேனா? நீங்க ரெண்டு பேருந்தானே தலைல வெச்சுக் கொண்டாடினேள்! அவ லேசுப்பட்ட வளா.'

என்னவோ ஒரு கவிஞனுக்கோ கதை எழுதறவனுக்கோ இன்ஸ்பிரேஷன்னு சொல்வாளே, அது மாதிரி பொய் சொல்லச் சொல்லக் கோர்வையா வருது. 'அந்தப் பொண்ணுக்கு என் மேல ஒரு மாதிரி ஆசை, நான் போய் அதைப் போய் வம்புக்கிழுக்கற தாவது! அதான் என்னை வம்புக்கிழுத்து, பல்லெல்லாம் பேத்துக் கொடுத்துருவேன்னு சத்தம் போட்டதில எம்மேல பழிவாங்கற துக்கு இந்த மாதிரி செஞ்சிருக்கு. இனி அந்தப் பொண்ணு இந்த வீட்டுப் பக்கம் தலை வைச்சுப் படுக்கக் கூடாது. அது சகவாசமே நமக்கு வேண்டாம். நாமெல்லாம் எப்பேர்ப்பட்ட குடும்பம்! நான் ஒரு சன்யாசி. இந்த மாதிரி கல்யாணம் ஆன கேஸைத் துரத்திண்டு போகணும்னு எனக்கு என்ன தலைவிதியா! இரு, அவ புருஷன் வரட்டும். தீர்த்து வெக்கறேனா இல்லையா பாரு.'

'வேண்டாம் சம்பத், இதை இதோட வெட்டிரலாம்'னா.

'இல்லை இதை விடக் கூடாது. கேங்ரஸ் வீட் மாதிரி பரவிண்டே இருக்கும். திராவகம் போட்டு எரிச்சுர்றது பெட்டர். வரட்டும் அந்த ராமாஞ்சு!'

'சம்பத், நான் ரொம்பக் குழப்பத்தில் இருக்கேன்! இதைப்பத்தி அப்புறம் பேசறேன்'னு காலேஜ் போயிட்டா.

'நான் யோசிச்சேன். ஏதோ தற்காலிகமாகத்தான் சமாதானம் ஆயிருக்கா. முழுக்க ஆகலை! பாதிப் பாதியாத்தான் போயி ருக்கா. இனிமே சந்தேகம் வராப்பல ஏதாவது நடந்தா கம்ப்ளீட்டா மாறிடுவா. மாறிட்டா என்ன ஆகும்னு யோசிச்சுப் பார்த்தேன்.

இது படிச்ச கேஸ்! டைவோர்ஸ் கிய்வோர்ஸ்னு ஆரம்பிச்சா எனக்குப் பிழைப்பு, சுவாசம் எல்லாம் போயிடும். யோசிச்சுச் செய்யணும்.

எனக்கு சுந்தரி செஞ்சது ஆச்சரியமாகத்தான் இருந்தது. இப்படி நேரப்போய் சொல்லிடும்னு நான் எதிர்பார்க்கவே இல்லை. அந்த இடத்தில சம்பத்து தப்புக் கணக்குத்தான் போட்டுட்டேன். இப்போதைக்குப் புயலை சமாளிச்சாச்சு. கொஞ்ச நாள் அப்பழுக் கில்லாம இருக்கணும்னு ஊருக்குப் போயிடலாமா? இல்லை. இவ வேற காண்டாக்ட் கோர்ஸ்னு பங்களூர் போறா. பங்களூருக்கு ராஜி போறப்போ நான் மைசூர்ல இருக்கக் கூடாது. ராஜி கூடவே போறதாத் தீர்மானிச்சுட்டேன்.

அதே சமயம் இந்த சுந்தரி பண்ணது கொஞ்சம் கோபம்கூட வந்தது. சம்பத் லேசில கோவிச்சிக்க மாட்டேன். கோவிச்சுண்டா அது வெளில தெரியாது. சுந்தரி, அப்படிப் பண்ணியா, வா, வா! இதனால நான் உன்னை விட்டுருவேன்னு கனவு காண்கிறாயா? அதான் இல்லை! நான் உன்னை என்ன பண்ணிட்டேன்னு இப்படிப் போய் என் ஆம்படையாள்கிட்ட கம்ப்ளெயிண்ட் பண்ணிட்டே! சரியாகக் கட்டிப்பிடிச்சு ஒரு முத்தம் கூட முழுசா கொடுக்கலை! அதுக்கு இந்த ஆர்ப்பாட்டமா? வா, வா உன்னை என்ன பண்றேன் பாரு!

என்ன பண்ணலாம்னு யோசிச்சேன். சுந்தரி இந்த மாதிரி எதுத்துக்க, எதுத்துக்க அவ மேல ஒரு வகையான இச்சை ஜாஸ்தி தான் ஆச்சு. அதுவும் இல்லாம அவளை அடையறதில இப்ப புதுசா ஒரு சவால் ஏற்பட்டுடுத்து. மனைவி சந்தேகப்பட ஆரம்பிச்சுட்டா. அவளுக்கு என்மேல் சந்தேகம் வரப்படாது. அதே சமயம் சுந்தரியையும் அடைஞ்சாகணும். அதே சமயம் அவ மறுபடி போய் ராஜிகிட்ட சொல்லாமப் பார்த்துக்கணும். எவ்வளவு கஷ்டமான காரியம் பார்த்திங்களா? சம்பத், உன்னால் முடியாதா? பார்க்கலாம்!

நேரா காலேஜுக்குப் போனேன். ராஜி கிளாஸ் எடுத்திண்டிருந்தா. சீட்டு கொடுத்து அனுப்பினேன். அவ வந்தா, 'என்ன சம்பத்?'ன்னு மூஞ்சில சாக்பீஸை அழிச்சுண்டே வந்தா. 'ராஜி, நான் யோசிச்சுப் பார்த்தேன். நான் என்னதான் சொன்னாலும் என் மேல ஒரு சந்தேக நிழல் விழுந்தாச்சு. அது தீர்றதுக்கு நான் என்ன பண்றேன். கொஞ்ச நாள் சுயசக்திக்காக ஊருக்குப் போகலாம்னு பார்க்கறேன்'னேன்.

'எந்த ஊருக்கு?'

'மந்த்ராலயா போகலாம்னு இருக்கேன். இது எனக்குப் பழக்கப் பட்ட சோகம் ராஜி. ஆண்பிள்ளை அழகா இருந்தா அவன் கல்யாணம் பண்ணிக்கக்கூடாதுன்னு என் ஃப்ரெண்ட் ஒருத்தன் சொன்னான். அவன் எத்தனை விசுவாசமா இருந்தாலும் அவனை யாரும் நம்பப் போறதில்லைன்னான். என் கேஸ்ல அப்படியே ஆயிடுத்து பாரு. இது என் தலைவிதின்னுதான் சொல்லணும். இதுக்கெல்லாம் பரிகாரமாக் கொஞ்ச நாள் மந்த்ராலயா போய் சுவாமி தரிசனம் பண்ணிட்டு வரலாம்னு இருக்கேன்'னேன்.

‘நான் சந்தேகப் படறதுக்காகன்னா வேண்டாம்’னா.

‘அதுக்கில்லை, என் ஆத்மசாந்திக்கு’ன்னேன்.

‘நான் பெங்களூர் போயிட்டு வந்தப்புறம் போய்ட்டு வாங்கோ’ன்னா.

‘என்னை டெஸ்ட் பண்றா. தெரியும். அவ பெங்களூர் போறப்ப மைசூர்ல தனியா இருக்க எனக்கு விருப்பமான்னு பரீட்சை பண்ணிப் பார்க்கறா. ரொம்பக் கெட்டிக்காரி!

‘இதப் பாரு ராஜி, நீ பெங்களூருக்குப் போயி, நான் மைசூர்ல தனியா இருக்க விருப்பமில்லை. என்னதான் நான் சுத்தமா இருந் தாலும் உனக்கு அங்க நிம்மதி இருக்காது. எனக்கு இங்க நிம்மதி இருக்காது. மந்த்ராலயாவுக்கு நாம ரெண்டு பேருமே சேர்ந்து போகலாம். அதுக்கு முந்தி உன்கூட நான் பெங்களூருக்கு வந்துர் றேன். உனக்கு மறுபடியும் எம்மேல நம்பிக்கை வரவரைக்கும் நான் உன் கூடவே இருக்கிறது முக்கியம்’னேன்.

‘இல்லை சம்பத், எனக்கு உங்க மேல சந்தேகமில்லை. குழப்பம் தான்.’

‘அது என்னவோ, எனக்கு மறுபடி இந்த ரணம் வேணாம்மா. என்னால வாரா வாரம் இவ பார்க்கறா, அவ பார்க்கறான்னு பதில் சொல்லிண்டு இருக்க முடியாது. நானும் ஒரு பொறுப்புள்ள தகப்பன், ஒரு கணவன்னு ஞாபகம் வெச்சுக்கோ. நான் உன்கூட பெங்களூருக்கு வந்துர்றேன். வர வேண்டிய பணம் எல்லாம் இருக்கு. அதையும் ஒரு வழியாப் பார்த்துண்டு உனக்கு நான் கொடுக்க வேண்டிய பணத்தையெல்லாம் கிளியர் பண்ணிர ணும்’ ரொம்ப அடிபட்டவன் போலத்தான் பேசினேன்.

அவ கொஞ்சம் இளகின மாதிரி இருந்தா. என்னைக் கன்னத்தில் ஒரு தடவை கையை வெச்சு எம் முகத்தைத் திருப்பி என்னை செங்குத்தா நேராப் பார்த்து ‘சம்பத்து நீ யாரு?’ன்னா.

‘உன் புருஷன்டி’ன்னேன்.

‘அது மட்டும்தானா?’ன்னா!

ஒரு தடவை வலிக்கிற மாதிரி என் கன்னத்தை கிள்ளிவிட்டு, ‘நீ மட்டும் ஏமாத்தின, உன்னை என்ன பண்றேன் பாரு’ன்னா. என்

கைவிரலைப் பிடிச்சு வலிக்கிற மாதிரி அழுத்தினா. நான் சிரிச்சேன்.

பெங்களூருக்கும் மைசூருக்கும் எக்ஸ்பிரஸ் பஸ் எத்தனை நேரம் எடுத்துக்கும்? கார்த்தாலை போய்ட்டு சாய்ங்காலத்துக்குள்ள திரும்பி வந்துரலாமான்னு கணக்குப் பண்ணி பார்த்துண்டிருந்த போது, ராஜி என்னைப் பார்த்து அன்னிக்கு முத தடவையா சிரிச்சா.

21
ராஜி

'இல்லை' என்றான். 'நான் கொலைகாரனின் கண்களில் கருணையும் அறியாமையும் பார்த்திருக்கிறேன். இவன் நிச்சயம் குற்றவாளி என்று திருட்டு விழி விழிப்பவர்கள் பரம சாதுக்கள் என்று கண்டிருக்கிறேன். என் அனுபவத்தில் மனிதன் ரொம்பவும் நாசூக்கு பெற்றுவிட்டான். உள்ளத்தில் உள்ளதை முகத்திலிருந்து முழுவதும் திரையிட்டுக்கொள்ளக் கற்றுவிட்டான் என்றே சொல்ல வேண்டும்.'

'பின், போலீஸில் எப்படி ஒருவன் பொய் சொல்கிறான் என்று கண்டுபிடிப்பீர்கள்?'

'போலீஸ் முறை! ராஜியம்மா, சினிமாக்களில் வருவதுபோல எங்கள் முறைகளில் திடுக்கிடும் தன்மைகள் அதிகம் கிடையாது. ஒரு மர்டர்கூட எங்களுடைய கோணத்தில் அதிகம் பரபரப்பில்லாமல்தான் இருக்கும். ஒரு ஆள் பொய் சொல்கிறானா என்று கண்டுபிடிப்பது ரொம்ப நேர்முகமான முறைகளால்தான்.'

'எப்படி? ஒரு பேச்சுக்கு வைத்துக்கொள்வோம். என்னுடன் ஒருத்தர் வந்திருக்கிறார். 'உனக்காகவே பங்களூர் வந்திருக்கிறேன், உன்னுடன்

இருப்பதற்காகவே' என்கிறார். அது பொய்யா, சத்தியமா என்று எப்படிக் கண்டுபிடிப்பது?'

'ரொம்ப சுலபம். பங்களூரில் அவர் வேறு என்ன செய்கிறார் என்று வேவு பார்ப்பது. உங்களுக்காகவே அவர் வந்திருந்தால் எப்போதும் அவர் ஓட்டலில் தங்கி இருந்து நீங்கள் வரும்வரை காத்திருப்பார். அப்படி இல்லை, உங்களிடம் பொய் சொல்லி வேறு விஷயமாக பங்களூர் வந்திருந்தால் கண்டுபிடித்து விடலாம். போலீஸ் முறை என்ன? அவன் பின்னால் ஒரு மஃப்ட்டி ஆசாமியைப் போட்டு அவன் எங்கே எங்கே செல்கிறான் என்று கண்காணித்து, பிற்பாடு அவன் ஸ்டேட்மெண்டுடன் அவன் சென்ற இடங்கள் ஒத்துப் போகவில்லை என்றால் அவன் பொய் சொல்கிறான் என்பது ஊர்ஜிதமாகி விடும். ராஜியம்மா, உங்களுக்கு போலீஸின் உதவி தேவையாக இருக்கிறதா, சொல்லுங்கள்?'

நான் சற்று யோசித்தேன். 'ஆம்' என்றேன். 'ஒருவர் ஒரு நாள் முழுவதும் என்ன செய்கிறார் என்று வேவு பார்த்துச் சொல்ல முடியுமா?'

'தாராளமாக, உங்களுக்கில்லாமலா?'

'அவர் யார், என்ன என்றெல்லாம் கேட்கக் கூடாது.'

'வேண்டாம். ஆளை அடையாளம் காட்டி விடுங்கள் போதும்.'

'யாருக்கு? உனக்கா?'

'இல்லை. வேவு பார்க்கும் ஆளுக்கு.'

'அவரை நான் சந்திக்கவேண்டுமா?'

'அதுகூட வேண்டாம். ஒரு குறிப்பிட்ட சமயத்தில் ஒரு குறிப்பிட்ட உடையில் நீங்கள் இருந்து, பக்கத்தில் உங்கள் நண்பர் இருக்குமாறு ஏற்பாடு செய்துவிட்டால் போதும். ஒட்டிக் கொண்டுவிடுவான். எப்போது வேண்டும், சொல்லுங்கள்?'

'வந்து, நாளைக்கு. நாளை முழுவதும் எனக்கு அவர் எங்கே எங்கே போகிறார் என்று கண்காணித்துச் சொல்லிவிட்டால் போதுமானது.'

'நீங்கள் எங்கே தங்கியிருக்கிறீர்கள்?'

‘ராமகிருஷ்ணாவில்.’

‘சரி, நாளைக்கு காலை நான் வந்து உங்களை அழைத்துச் செல்ல வருகிறேன். அப்போது அவர் உங்கள்கூட இருக்கட்டும். மற்றவை கவனிக்கப்படும்!’

‘நீயே வேவு பார்ப்பாயோ?’

‘இல்லையில்லை. அதற்கென்று ஆசாமிகள் இருக்கிறார்கள்.’

எனக்குக் கொஞ்சம் சிரிப்பாக வந்தது. எதற்காக இந்த மாதிரி சிறு பிள்ளைத்தனம் எல்லாம் செய்கிறேன்? யோசித்துப் பார்த்ததில், எனக்கு சம்பத்தின்மேல் முழு நம்பிக்கை இன்னும் ஏற்பட வில்லை. காலை சம்பத்தை, நீங்கள் எங்கெல்லாம் போகப் போகிறீர்கள் என்று கேட்டு வைத்துக்கொண்டு, அவர் அங்கெல் லாம் போனார் என்று எனக்கு மாலை தெரிந்துபோனால் சம்பத்தின்மேல் என் நம்பிக்கை கொஞ்சம் பலமாகும் என்று தோன்றியது. பார்க்கலாம்.

காலையில் கிளம்புமுன் சம்பத்தை இந்த மாதிரி வேவு பார்க்க ஏற்பாடு பண்ணியது பற்றி சற்றே குற்ற உணர்ச்சியுடன் யோசித் தேன். என் குறிக்கோள், ‘சம்பத், இப்போது என்னுடன் வந்ததில் மாறிவிட்டார்; அவர் சொல்வதெல்லாம் உண்மை’ என்று ஊர்ஜிதம் செய்துகொள்வதே! சம்பத் மாறுதலுக்காக ஒரு நாள் உண்மை பேசி அதைத் தனிப்பட்டு நிரூபித்துக்காட்டத்தான் இந்த ஏற்பாடு!

சம்பத் நீங்கள் என் கணவர். உங்களை நம்பத்தான் ரொம்ப விரும்புகிறேன். நீங்கள் அழகானவர். நான் உங்களுக்குத் தகுதி யில்லைதான். ஆனால் என் குழந்தையின் தகப்பன்! நான் எதையும் சகித்துக்கொள்ள முடியும். இத்தனை நாட்களும் ஒரு மகத்தான பொய்யுடன் என்னையே நான் ஏமாற்றிக்கொண்டு வாழ்ந்திருக்கிறேன். நான் ஒரு ஏமாளி. இவ்வளவு படித்திருந்தும் உங்களுடன் ஏற்பட்ட சம்பந்தம் பகுத்தறிவுக்குப் புறம்பாக இருந்தும், ஆதாரமாக ஒரு மனிதன் நல்லவனாக இருக்கலாம் என்ற நம்பிக்கையின் பேரில்தான் உங்களைக் கல்யாணம் செய்து கொண்டேன். சம்பத், என்னை அசடாக்கி விடாதீர்கள். அந்த ஷாக் எனக்குத் தாங்காது. ரொம்பப் படித்திருந்தும் ஒரு எழுத்தறி வில்லாத பட்டிக்காட்டுப் பெண்போல ஏமாற்றப்பட்டு விட்டேன் என்பதை என்னால் தாங்கிக்கொள்ளவே முடியாது.

அப்படி ஊர்ஜிதமாகி விட்டால் என்ன செய்வேன் என்று எனக்கே தெரியாது. சம்பத், அந்த மாதிரி துவேஷங்கள் எனக்குப் பரிச்சய மில்லை. நான் எளிதாக வாழ்ந்தவள்; வளர்ந்தவள். எனக்கும் பொறாமை உண்டு. தன்னம்பிக்கை உண்டு. அடிப்படையான பெண் குணங்கள் எல்லாம் உண்டு. என்னைக் கல்யாணம் பண்ணிக்கொண்டது, என்னை இதுவரை முழுவதும் ஏமாற்ற; நிகழ்ந்ததெல்லாம் ஒரு பொய் மாளிகை என்று தெரிந்தால், ஐயோ! என்ன செய்வேன்? இல்லை இல்லை. அப்படி இருக்காது. இன்று இந்தச் சின்ன விஷயத்தில் தெரிந்துவிடும். பார், சம்பத் எனக்காகத்தான் பங்களூர் வந்திருக்கிறார், என் சமாதானத்துக்காகத்தான் என அவர்மேல் நம்பிக்கை ஏற்படு வதற்காகத்தான்!

காலை புறப்படும்போது ப்ரேக்ஃபாஸ்ட் சாப்பிடும்போது, 'என்ன பண்ணப் போகிறீர்கள்?' என்று கேட்டதற்கு 'போர் அடித்துக் கொண்டு ரூமில்தான் இருப்பேன்' என்றார். 'பிக்சர் போங்களேன்? 'கொஞ்சூண்டு அவநம்பிக்கை' என்று ஒரு இந்திப் படம் போகிறதே என்றேன். அவர் அதன் 'உள்ளர்த் தத்தை' மிஸ் பண்ணிவிட்டார். 'எனக்கு இந்திப் படம் பிடிக்காது' என்றார். 'வடநாட்டில் இருந்ததாகச் சொன்னீர்களே!' என்றேன். அவர் என்னை அடிபட்டாற்போலப் பார்த்தார். என் சந்தேகம் இன்னும் விலகவில்லை என்பது அவருக்குப் புரிந்துவிட்டது. எனக்கு அவரைப் பார்க்கப் பாவமாக இருந்தது.

மத்தியானம் பிஸினஸ் விஷயமாக யூனிட்டி பில்டிங் போய் விட்டு, சாயங்காலம் நான் வருவதாக இருந்தால் சினிமா போக லாம் என்றார். எனக்கு ஒன்பது மணியாகும் என்றேன். தனியாக சினிமா போகச் சொன்னேன். போய் விட்டு வரட்டுமே. எத்தனை நேரம் கட்டிப் போட்டாற்போல ரூமிலேயே உட்கார்ந்திருப்பார். பாவம்! 'சரி' என்றார்.

கிளாஸ் எடுக்கக் கிளம்பி விட்டேன். பெம்மையா கிளாஸுக்கு வந்திருந்தான். தொடங்குமுன், 'நீங்கள் சொன்னபடி உங்களுடன் இருந்த ஆசாமியைத் தொடர்ந்து அவர் என்னவெல்லாம் செய் கிறார் என்று கண்காணிக்கச் சொல்லியிருக்கிறேன்' என்றான்.

'பரவாயில்லை. அவர் சாங்காலம்வரை எங்கும் கிளம்ப மாட்டார் என்றுதான் தோன்றுகிறது.'

'ராஜியம்மா! அவர் உங்கள் கணவரா?'

'அப்பறம் சொல்கிறேன் பெம்' என்றேன்.

ராத்திரி மாணவர்களுடன் டின்னர் இருந்தது.

மத்தியானம் ஒரு மணி சுமாருக்கு பெம்மையாவை ஒரு ஆசாமி வகுப்பின் இடை நேரத்தில் வந்து பார்த்து ஏதோ பேசுவதைக் கவனித்தேன். வகுப்பு முடிந்ததும் பெம்மையாகவே என்னிடம் வந்து 'ராஜியம்மா, உங்களிடம் ஒரு ரிப்போர்ட் தரவேண்டும்' என்றான்.

'என்ன சொல்லுங்கள்.'

பொம்மையா ஒரு காகிதத்தைப் பிரித்து, 'காலை பத்து மணிக்கு அவர் ஓட்டலிலிருந்து புறப்பட்டு தபாலாபீஸ் போய் ஒரு தந்தி கொடுத்துவிட்டு ஒரு சினிமாக் கொட்டகைக்குப் போய் அட்வான்ஸ் புக்கிங் ஆறு ரூபாய் டிக்கெட் புக் பண்ணிவிட்டு, ராஜியம்மா இங்குதான் விநோதம், சுபாஷ் நகர் பஸ் நிலையத் துக்குப் போய் எக்ஸ்பிரஸ் பஸ் ஏறி மைசூர் புறப்பட்டுச் சென்று விட்டார்! நிற்காத பஸ் அது! அதனால் தொடர்ந்து செல்வதை அதோடு விட்டு விட்டான்' என்றான். 'ராஜியம்மா, இஸ் எனிதிங் ராங்? ஏன் ஒரு மாதிரி ஆகிவிட்டீர்கள்?'

'பொம்மையா, நான் அவசரமாக மைசூர் போக வேண்டும்! ஒரு டாக்ஸி ஏற்பாடு பண்ணுவாயா?'

'அதற்கென்ன! ஆனால் கிளாஸ்? ராத்திரி டின்னர்?'

'நான் மௌலியிடம் சொல்லிக்கொள்கிறேன். ராத்திரி டின்னருக்கு என்னால் வரமுடியாது; பெம்மையா, உடனே எனக்கு ஏற்பாடு செய்யவேண்டும்.

21
சம்பத்

சுந்தரி மேல் கோவம்தான்னாலும் அதை வெளிப்படையாக் காட்டிக்க விருப்பமில்லை. ஆனா இந்த சுந்தரி விவகாரத்துக்கு முடிவா எதாவது பார்த்துர்றதுன்னு தீர்மானிச்சுட்டேன். அவமேல எனக்கு அளவில்லாத தாகம் இருந்தது என்னவோ வாஸ்தவம்தான். ஒரு தடவை அவளை முழுமையாகப் பார்த்துட்டேன்னா, பார்த்து, சே! இவ இவ்வளவுதாண்டான்னு தெரிஞ்சுண்டுட்டேன்னா அவளை விட்டுரு வேன்னு தோணித்து. அவ ஒண்ணும் அடைய முடியாதவ இல்லை. நல்லா நம்ம ரூட்டுக்கு வந்துண்டிருந்தா. திடுதிப்புன்னு இப்படிப் போய் பைத்தியக்காரக் காரியம் செஞ்சா (பாருங்கே) பாருங்கோ! எதுக்காக ராஜிகிட்ட இதைச் சொல் லணும்? நான் மெம்மேல பொய் சொல்லணும். இப்ப என்ன ஆயிடுத்து? சுந்தரியைக் கேக்கத் தான் போறன். சுந்தரி என்னைக் கழட்டி விடறது அவ்வளவு சுலபமில்லை கண்ணு!

என்ன பண்ணப் போறேன்? ராஜிகூட பேசாம கட்டின பசு மாதிரி பங்களூர் போகப் போறேன். போயிட்டு அவ கிளாஸுக்குப் போனப்புறம் ஒரு நடை எக்ஸ்பிரஸ் பஸ் ஏறி யாருக்கும்

தெரியாம மைசூருக்கு வந்து சுந்தரியைக் கவனிச்சுட்டு, விசாரிச்சுட்டு, அப்படியே சந்தர்ப்பம் அகப்பட்டா, அகப்படும்... அகப்படாமப் போயிடுமா, அதுக்கப்புறம் ஓசைப்படாம ராத்திரிக்குள்ள பங்களூர் திரும்பி வந்துர்றதுன்னு தீர்மானிச்சுட்டேன். ராஜிக்கு எம்மேல சந்தேகம் ஏற்படாமக் கொஞ்சம் திட்டம் போடணும். முதல்லே எனக்கு ஓட்டல் விலாசத்துக்குத் தந்தி ஒண்ணு அடிச்சுக்கணும். 'கம் இம்மீடியட்லி. காண்ட்ராக்ட்டு பி சைன்டு'ன்னு. ஏதாவது பட்சி என்னை மைசூர்ல பார்த்துவிட்டு அது அவளுக்குத் தெரிஞ்சு போயி, 'சம்பத்து, எங்க போயிருந்த?'ன்னா தந்தியைக் காட்டலாம் பாருங்கோ. எதுக்கும் இருக்கட்டும்! அதுக்கப்புறம் ராத்திரி ரொம்ப நேரமாயிடுத்துன்னா, போர் அடிச்சது ஒரு சினிமாவில்போய் உட்கார்ந்தேன்னு சொல்லிவிடலாம். தியேட்டர்ல ஒரு டிக்கெட் அட்வான்ஸா வாங்கி வெச்சுண்டுடலாம். இது ஒரு மாதிரி ஸ்டாண்ட்பை! சந்தர்ப்பத்துக்குத் தகுந்தாப்பல ரெண்டு பொய்யில ஒண்ணை உறிச்சுடலாம். இதெல்லாம் மீறிப் போய் சுந்தரி மறுபடி வந்து கம்ப்ளெயிண்ட் பண்ணா அதுகூட நல்லதுதான்! 'பார்த்தியா, பெங்களூரிலேயே குத்துக்கல்லாட்டாம் இருக்கேன். மைசூர் வந்து தகராறு பண்ணேன்னு அபாண்டமாச் சொல்றா பாரு, இதிலிருந்தே தெரியலையா, இவளுடைய பொய்யான குற்றச்சாட்டு!'

கார்த்தாலை ஒன்பது மணிக்கே ஓட்டல்லருந்து புறப்பட்டுட்டா. போறப்போ நானும் அவளும் லவுஞ்சில் உக்காந்துண்டு ப்ரேக்ஃபாஸ்ட் சாப்பிடறப்ப சாயங்காலம் வர ஒம்பது ஆனாலும் ஆயிடும் சம்பத்துன்னா. 'நீங்க என்ன பண்ணப் போறீங்க?'

'என்ன பண்றதுன்னு தெரியலை. ரூம்லயே போர் அடிச்சிண்டிருக்கறதுக்கு ஏதாவது பிக்சர் போலாமான்னு பார்க்கிறேன்.'

'போங்கோ, 'தோடி ஸி பேவஃபாயி'ன்னு ஒண்ணு ஓடறது, போங்கோன்னா!'

'எனக்கு இந்தி பிக்சர் அவ்வளவா பிடிக்காது.'

'அதான் வடக்கே இருந்திருக்கீங்களே'ன்னா. நான் அவளைப் பார்த்தேன். இன்னும் சந்தேகம் போகலை. நான் சொன்னதை முழுக்க நம்பலை. ஜாக்கிரதையாகவே இருக்கணும். எல்லாத்தையும் கான்ஸல் பண்ணிட்டு அப்புறம் பார்த்துக்கலாம்னு

தோணித்து. கொஞ்ச நாள்தான் ஆகட்டுமே! இல்லை, சூட்டோடு சூடா முடிச்சுரணும். இவ சந்தேகப்பட சந்தேகப் படத்தான் என் பொய்யில் ஒரு சவால் சாமர்த்தியம் வரது. பொட்டை ஜன்மம், இது எப்படிக் கண்டுபிடிக்க முடியும்? மைசூர் போக மூணு மணி நேரம் ஆகப் போறது. கார்த்தாலை போய்ட்டு ராத்திரிக்குள்ள வந்துரலாம்.

'ம், என்ன சொன்னே ராஜி?'

'என்ஜாய் யுர்செல்ஃப்' சொல்லிட்டுச் சிரிச்சுட்டு 'எங்கல்லாம் போறதா உத்தேசம்?'

'எங்கயும் இல்லை.'

'பங்களூர் எல்லாம் வேணா சுத்திப் பாருங்களேன்'னா.

'என்ன சுத்திப் பார்க்கறது! சாயங்காலம் வரைக்கும் ரூம்லயே இருந்துட்டு...'

'பிஸினஸ் பார்க்கலையா?'

'பார்க்கலாம்னுதான் தோண்றது. யூனிட்டி பில்டிங்க் காண்ட்ராக்ட் விஷயமா ஒரு ஆளை சந்திக்கப் போகணும். அது ஒண்ணுதான் இன்னைக்கு வேலை. அப்புறம் சாயங்காலம் வரைக்கும் ரூம்லதான் இருப்பேன். ஒரு இங்கிலீஷ் சினிமா வேணா பார்க்கலாம்னு.'

'மேட்டினி போயிடுங்களேன்.'

'பார்க்கலாம். நீ வரதா இருந்தா சாயங்காலம் ரெண்டு பேரும் போகலாம்.'

'நான் திரும்பி வர ஒன்பது மணியாகும்.'

ஒம்பது மணிக்குள்ள போய்ட்டு வந்துரலாம். எதேஷ்டமா சமயம் இருக்கு.

அவ போனதும் உடனே குளிச்சுட்டுக் கிளம்பிட்டேன். மெஜஸ்டி பக்கத்துல ஒரு போஸ்ட் ஆபீசுக்குப் போய் ஒரு தந்தி என் பேர்ல கொடுத்துண்டேன். அட்வான்ஸ் புக்கிங் பத்திலேருந்து பதினொண்ணு வரைக்கும் ஒரு கொட்டாய்ல போட்டிருந்தான். டிக்கெட் வாங்கிண்டேன். நேரா பஸ் ஸ்டாண்டுக்குப் போய்

நான்-ஸ்டாப்பில ஏறிண்டு மைசூர்க்கு டிக்கெட் வாங்கிண்டு ஓரத்தில பேப்பரால மூஞ்சியை மறைச்சுண்டு உட்கார்ந்துட்டேன்.

சுந்தரி! எங்கிட்ட மாட்டிக்காமல் போயிருவியா? என்ன ஆறது பாரு! இப்ப ராஜிகிட்ட சொன்னயோல்லியோ. உன்னை ஒண்ணும் பண்ண மாட்டேன்! அதை மட்டும் கொடுத்துரு. வேற ஒண்ணும் பண்ண மாட்டேன். இதில நீ வழிக்கு வருவே, தெரியும். உம்மேல உனக்கு நம்பிக்கை இல்லாததாலேதான் படக்குன்னு அவகிட்ட போய் சொல்லிட்டே. எனக்குத் தெரியும்! உன்னைத் தனியா நான் வந்து பார்த்தா என்னை உன்னால தடுக்க முடியாது. சுந்தரி அதுவும் தெரியும் எனக்கு! எங்க போயிடுவ கண்ணு!

22

ராஜி

டாக்ஸியில போகும்போது மனசு அதைவிட வேகமாக மைசூருக்கு ஓடியது. சம்பத்தின் பொய்கள் அத்தனையும் நிரூபிக்கப்பட்டு விட்டன. என்ன செய்யப் போகிறேன்? இந்த மனிதனைக் கல்யாணம் கட்டிக்கொண்டு விட்டேன். இப்போது எங்கே போயிருப்பார்? அவள் வீட்டுக்குத்தான். அங்கேதான் நேராகப் போக வேண்டும். போய்ப் பார்க்க வேண்டும். பார்த்து என்னத்தை சாதிக்கப் போகிறேன்!

என் அத்தனை வாழ்க்கையும் இடிந்து குப்பை யாகிப் போய்க் கிடக்கிறது. எதற்காக நான் இந்தப் பாசாங்குடன் வாழ வேண்டும்? குழந்தைக்காகவா! குழந்தைக்காக என்றால் இந்தக் கணவன் எனக்கு வேண்டுமா? கணவன் இருந்தால்தான் மதிப்பு! விவாகரத்து செய்து விடலாமா? அவ்வளவு எத்தனமாகப் பொய் சொல்பவரை ரத்து செய்வது அத்தனை சுலபமா? என் சங்கதிகள் முழுவதும் கோர்ட்டில் இழுபட வேண்டுமா? அதற்காக இந்த மஹா அண்டப் புளுகனுடன் வாழ வேண்டுமா?

என்னைப் பரிபூர்ணமாக ஏமாற்றி என் சம்பாத்தி யத்துக்காக மணம் செய்துகொண்டு, என் கண்

முன்னாலேயே சாகச வார்த்தைகளை பேசி, துளியேனும் பாசம், பிணைப்பு ஏதும் இல்லாமல், என்னை ஒரு இரவுத் துவாரமாக உபயோகப்படுத்தி, எனக்குக் குழந்தையைக் கொடுத்து, ஏமாளி என்றால் அப்படி ஒரு ஏமாளியாக்கி நான் ஆஸ்பத்திரியில் பிரசவத்தில் துடித்துக் கொண்டிருந்தபோது இந்த மனிதர் என்னவெல்லாம் செய்தாரோ! அந்த அழகான ரோஜா உதடுகள் இன்னும் எத்தனை பேரிடம் எத்தனை பொய்கள் சொல்லி எத்தனை சரசங்கள் செய்தனவோ? பெண்டாட்டி ஒருத்தியைத் தவிர எல்லோருடனும்...

கல்யாணத்தைப் பற்றி எத்தனை பாடங்கள் எத்தனை வருஷமாக சொல்லிக்கொடுத்துக்கொண்டிருக்கிறேன். கின்ஷிப் அண்ட் மாரேஜ்! வெஸ்டர்மார்க்கின் ஹிஸ்டரி ஆஃப் ஹ்யூமன் மாரேஜ் மூன்று பாகங்களையும் கரைத்துக் குடித்தவள் அல்லவா நான்! கவைக்குதவாத ஏட்டுச் சுரைக்காய்! Man was originally monogamous.

நான்சென்ஸ்! மனிதன் ஆதிகாலத்திலிருந்து மனைவியிடம் பொய் சொல்லி வந்திருக்கிறான். அதுதான் நிஜம்!

நான் ஒரு புத்தகம் எழுதப் போகிறேன். திருமணம் என்பது என்னைப் பொருத்தவரை ஸ்ரீவத்ஸனுக்கு அளிக்கப்பட்டிருக்கும் சமூக மதிப்பு! இவனுக்கும் இதோ ஒரு அப்பன் இருக்கிறான்! இதோ பெயர் சொல்லும் மஹா புருஷன் சம்பத்! அவ்வளவுதான். என் கல்யாணத்தின் மற்ற காரணங்கள் எல்லாம் கழன்று போய்விட்டன.

இன விருத்திக்காகத்தான் கல்யாணம். வேறு ஏதும் இல்லை! மிருகங்களின் மேட்டிங் பிஹேவியர். பழங்குடி மக்களின் எளிய திருமண முறைகளிலிருந்து வந்ததுதானே இந்தக் கல்யாணம் என்னும் சடங்கு! இன்றைக்கும் மெலினிசிய மக்களிடம் பிரசவம் பார்த்தவர்களுக்குக் காசு கொடுப்பவன்தானே தகப்பன் என்று சொல்லப்படுகிறான். அதன்படி ஸ்ரீவத்ஸனுக்குப் பிரசவம் பார்த்ததற்குப் பணம் கொடுத்தது நான்! நான்தான் அவன் தகப்பன்! சம்பத் ராத்திரிகளில் என்னுடன் கடமையாற்றிய ஒரு பொய்ப் பிரயாணி! நானே தகப்பன்! நானே தாய்! எனக்கு எதற்கு சம்பத்!

வேண்டாம். திரும்பத் திரும்ப என்னை ஏமாற்றிக்கொண்டு, சந்தேகப்பட்டு டாக்ஸிகள் பிடித்து மைசூருக்கு ஓட எனக்குத் திராணி இல்லை! சம்பத்தை நான் எந்த விதத்தில் விலக்கப் போகிறேன்? விவாகரத்தா? அதற்கு என்னுடைய சமூகத்தில்

வெளிச்சம் போட்டு நிற்க தைரியம் இல்லை. துரத்திவிட்டால் மற்றொரு பொய்யுடன் வீட்டுக்குள் ஒதுங்கிக்கொண்டு விடுவானே! அவன் வாக்கு ஜாலத்தால் மறுபடி மயங்கி... மறுபடி கண்டுபிடித்து, எனக்கு ஆர்வமில்லை! என்ன செய்யப் போகிறேன் என்றே தெரியவில்லை.

மைசூர் வந்து சேர்ந்ததும் நேராக சுந்தரியின் வீட்டுக்கு, டாக்ஸியைக் கொண்டு நிறுத்தச் சொன்னேன். 'கொஞ்சம் இரு' என்று இறங்கிக்கொண்டேன். வாசலில் சம்பத்துடைய செருப்பு இருந்தது. என்னுள் அதிர்ச்சி ஏற்பட்டது. ஒரு கடைசி ஆசையாக சம்பத் அங்கே இருக்க மாட்டார் என்று எதிர்பார்த்தேனோ?

கதவைத் தொட்டுப் பார்த்தேன். உள்பக்கம் தாளிட்டிருந்தது. ஜன்னல் திறந்திருந்தது. உள்ளே எட்டிப் பார்த்தேன். யாரும் தெரியவில்லை. 'சுந்தரி' என்று கூப்பிட நினைத்தேன். அதற்குள் பின்புறத்திலிருந்து சுந்தரியை அணைத்து, ஏறக்குறைய இழுத்துக் கொண்டு வந்தார் என் கணவர்.

'வேண்டாம் சம்பத், வேண்டாம் சொல்றதைக் கேளு. நான் கத்துவேன்!'

'கத்தினா வாயைப் பொத்துவேன். எதுக்குச் சிரமம்? எங்கே படுக்கை? சீக்கிரம் சொல்லு, எங்கே படுக்கை?'

'வேண்டாம் சம்பத், கடிச்சுருவேன்.'

'கடி, பரவாயில்லை.'

சுருட்டி வைத்திருந்த படுக்கையை சம்பத் உதைக்கிறார். அவரிடத் தில் ஒரு மிருகத்தின் அவசரம். மிருகத்தால் கவ்வப்பட்டு இன்னும் உயிர் இருக்கும் பறவைபோல மிரள மிரளப் பார்க்கிறாள். நான் உறைந்துபோய் இந்த வசீகரமான காட்சியைப் பார்த்துக்கொண் டிருக்கையில் சுந்தரி என்னைப் பார்த்துவிட்டாள்.

'சம்பத், ராஜி!' என்கிறாள்.

'ராஜி பங்களூர்ல இருக்கா, கவலையே படாதே.'

'ஜன்னல்ல... ஜன்னல்ல.'

'அதுக்கென்ன? ஜன்னலைச் சார்த்திட்டாப் போச்சு' என்று திரும்புகிறார்!

என்னைப் பார்க்கிறார்!

22

சம்பத்

மூன்றரை மணி சுமாருக்கு மைசூர் வந்து சேர்ந்தேன். பஜார் வழியாப் போகாம கொஞ்சம் சந்து பொந்தாத்தான். முதல்ல சுந்தரி பள்ளிக் கூடத்துக்குப் போனேன். அப்பத்தான் ஸ்கூல் விட்டிருக்கா, சுந்தரி மைதானத்திலருந்து நாப்பது குழந்தைகளை ஓட்டிண்டு, பக்கத்தில் யாரோ வாத்தியாரம்மாகூடப் பேசிண்டே முன் நெத்தில மயிரை ஒதுக்கிண்டு புஸ்தங்களை அணைச் சுண்டு நடந்து போறா. நேரா வீட்டுக்குத்தான் போவா. இல்லை ஓட்டல் கீட்டல்ல காபி சாப்பிடப் போனாலும் போகலாம். எதுக்கும் ஒரு மணி தள்ளிப் போகலாம்னு, ஒரு பார்பர் ஷாப்பிலே போய் உக்காந்துண்டு - முகச்சவரம் பண்ணிக்க கார்த்தாலை டயம் அகப்படலையா, எத்தனை அலைச்சல் பாருங்கோ - நன்னா சாஞ் சுண்டு துண்டை உதறிப் போர்த்திட்டு சுகம்மா சன்னமா ஷேவ் பண்ணிவிட்டான். படிகாரம் எல்லாம் தேச்சு மூஞ்சியை அலம்பிவிட்டு பவுடர், ஸ்னோ ஏதும் வேண்டாம்னுட்டேன். பக்கத்துல ஓட்டல்லருந்து காபி வரவழைச்சு சாப்பிட்டுட்டுப் புறப்பட்டேன்.

இந்நேரம் சுந்தரி வீட்டுக்குத்தான் போயிருப்பா. இருட்டட்டுமேன்னு யோசிச்சேன். அது

வரைக்கும் காத்திருந்தா பெங்களூர் திருப்பிப் போறதுக்கு நேரமாயிடும். இன்னைக்கு என்னோட நோக்கம் என்னங்கறது கொஞ்சம் குழப்பமாகத்தான் இருந்தது. சந்திக்கலாம். அப்புறம் நடக்கிறதைப் பார்க்கலாம். இஷ்டமிருந்தா கொஞ்சம் அகாலம் தான்! என்ன பண்றது. எனக்கு அந்த மாதிரி ஒரு உத்தரவாதம் அகப்பட்டதுன்னா போதும். அதுக்கப்புறம் வேற சந்தர்ப்பம் கிடைக்கிறதா பார்க்கலாம். முடிஞ்சா ரெண்டு பேரையும் பிரிச்சுட்டு முதுமலை, ஊட்டின்னு எங்கயாவது தள்ளிண்டு போய்ட்டு ஒரு வாரம் கழிச்சுக் கொண்டு விட்டுட்டாப் போச்சு. அதனால இப்ப ஏதும் பெரிசா வேண்டாம்.

சின்னப் பசங்கள்லாம் கிரிக்கெட் விளையாடிண்டு இருந்தாங்க. அவங்களுக்கு என்னை அதிகம் தெரியாது. பக்கத்து வீட்டிலே கழுகு மாதிரி ஒரு தாத்தா இருக்கு. அதுதான் தாவாரத்தில் உட்கார்ந்துண்டு பாத்துண்டே இருக்கும். நல்லவேளை, அதை இன்னைக்குக் காணம். வாசக் கதவைத் தட்டினேன். கொஞ்ச நேரம் கழிச்சுக் கதவு லேசாகத் திறந்தது. 'நான்தான் சம்பத்'னேன். தயக்கம். அப்புறம் கதவு லேசாத் திறந்தது. புடைவையெல்லாம் ஈரத்துளியா கைல சோப்பு நுரையோட வந்து திறந்தா. 'என்ன வேணும்?'னா. என்னைப் பார்த்ததும் மிரட்சி.

'என்ன வேணும். சம்பத், சம்பத், நீங்கதான் வரவே கூடாதுன்னு ராஜிகிட்ட...'

'ராஜியும் வரா' என்றேன்.

கதவைத் திறந்தா.

'பயப்படாத சுந்தரி, நீ ராஜிகிட்ட விஷயம் பூராவும் சொன்னது நல்லது! அதனால எனக்குக் கொஞ்சம்கூட வருத்தம் இல்லை.'

'சம்பத், எல்லாம் தீர்ந்து போச்சு. நீங்க இங்க வரதுக்குக் காரணமே இல்லை. போயிடு.'

'போறேன், போறேன்! ராஜி இங்க வரப் போறா. அதுவரைக்கும் இருக்கலாமோல்லியோ?'

'ராஜி வரப் போறதா புருடா விட்டேன். நான் தனியா பாக்க வந்திருக்கேன்னு தெரிஞ்சா கூப்பாடு போட்டு அண்டை அசலைக் கிளப்பக் கூடாது. அதுக்குத்தான்.'

‘ராஜி இங்க எதுக்கு வரா?’

‘உங்கிட்ட ரெண்டு பேரும் பேசறதுக்குத்தான்!’

‘கொஞ்சம் இரு! துணியை சோப்பில நனைச்சிருக்கேன். அலசிப் போட்டுட்டு வந்துர்றேன்.’

‘அவசரமே இல்லை’ன்னேன். உள்ள போனா.

நான் சுத்திமுத்திப் பார்த்தேன். அலமாரியில சுவாமி படம். ராமாஞ்சு படம், சுந்தரி ஏதோ பிரைஸ் வாங்கறப்ப எடுத்த படம்.

பள்ளிக்கூடக் குழந்தைகளோட எடுத்த படம். மெல்ல எழுந்தேன். வாசப்பக்கம் போய் கதவை உள் தாழ்ப்பாள் போட்டுண்டேன். மெல்லப் போனேன். பாத்ரூம்ல தரைல குந்தி உக்காந்துண்டு ப்ளாஸ்டிக் பக்கெட் பக்கத்திலே துணியைக் கும்மிண்டிருந்தா. முழங்காலுக்கு மேல புடைவையை வழிச்சு விட்டிருக்கா. பளபளன்னு தெரியறது. முதுகு தெரியறது. பின்னால போய் அவளைக் கம்கட்டுக்குப் பக்கத்திலே கை கொடுத்துத் தூக்கினேன். அய்யோன்னு திரும்பிப் பார்த்து, ‘என்ன சம்பத் இது?’ன்னா.

‘பேசக் கூடாது. பேசற வேளை இல்லை. சுந்தரி, நீ பாக்காத எத்தனையோ விஷயங்கள் இருக்கு. அதை நீ இன்னைக்கு அனுபவிக்க வேண்டாமா? ராஜி பங்களூர்ல இருக்கா! நான் மைசூருக்கு வந்தது யாருக்கும் தெரியாது. சுந்தரி, நீ யாரு, நீ யாரு? ரெண்டு பேரும் ஒண்ணுதான். சின்ன வயசில இருந்தே ஒண்ணாப் பழகினோம். யாரையும் மோசம் பண்ணலை நாம. சும்மா கூவாம, கலாட்டா பண்ணாம உனக்கு நடக்கறதை வேடிக்கை பார்த்துண்டே இரு, போதும். அதுவே இதமா இருக்கும். சுந்தரி, எம்மாதிரி ஒரு ஆள் உன்னை நினைச்சுண்டு, உனக்காகவே எத்தனை ரிஸ்க் எடுத்துண்டு இங்க ஓடி வந்திருக் கறதே உனக்கு ஒரு பெருமை! உன் அழகுக்கு ஒரு அஞ்சலி மாதிரி! பயப்படாத! பயப்படாத!’

‘வேண்டாம் சம்பத், வேண்டாம் சொல்றதைக் கேளு. நான் கத்துவேன்.’

‘கத்தினா வாயைப் பொத்துவேன். எதுக்கு சிரமம்?’

கொஞ்சம் கொஞ்சமா அவளைக் கூடத்துக்கு அழைச்சுண்டு வந்துட்டேன். படுக்கை எங்கேன்னேன். சுருட்டி மூலையில் வெச்சிருக்கா.

'வேண்டாம் சம்பத், கடிச்சுருவேன்.'

'கடி, பரவாயில்லை!' படுக்கை சுருட்டி வெச்சிருந்தது. அதை உதைச்சு...

'சம்பத், சம்பத், ராஜி!'

'பெங்களூர்ல இருக்கா, கவலையே படாதே!'

'ஜன்னல்ல ஜன்னல்ல!'

23

ராஜி

அதிர்ந்துபோய், நம்பிக்கையில்லாமல், 'அட ராஜி!' என்று ஏதோ சொல்லி, 'சுந்தரி, ராஜி வரப்போறான்னு சொன்னேன் பார்த்தியா' என்று ஏதோ சமாளிக்கிறார். ஏதோ சொல்கிறாள் சுந்தரி.

எனக்குக் கேட்கவில்லை.

'சம்பத், அவளை விட்டுட்டு கொஞ்சம் வெளில வரீங்களா, வாசல்ல காத்துண்டிருக்கேன்' என்றேன். சுந்தரியை விட்டு விட்டார். சுந்தரி ஓடிவந்து, 'ராஜி! பாத்தீங்க இல்லை! நான் சொல்லலை' என்று தொடங்கினாள். 'சுந்தரி, இப்ப சந்தர்ப்பம் சரியில்லை. அப்புறம் பேசலாம்' என்றேன். பேதைப் பெண்! என்னைப் போல ஏமாந்த மற்றொரு பெண்! நான் அழகில்லாமல் ஏமாந்தேன். அவள் அழகோடு ஏமாந்தாள்! பெண்கள் எல்லோருமே ஏமாற்றுவதற்காகத்தான்! டாக்ஸியில் ஏறிக்கொள்ளும்போது சம்பத் மௌனமாக இருந்தார். இன்னும் என்ன என்ன பொய்களை யோசித்துக்கொண்டிருக்கிறாரோ, பார்க்கலாம்! மாறுதலுக்கு ஒரே ஒரு தடவை நான் அவரை, அவரது பொய்களை

முந்திக்கொண்டுவிட்டேன். தந்தியடித்தது, சினிமா டிக்கெட் வாங்கியது எல்லாம் தெரிந்து போயிற்று. என்ன சொல்கிறார் பார்க்கலாம். எப்படி ஜோடிக்கிறார், பார்க்கலாம்? எலி பிடிக் கிறாற்போலப் பிடித்துவிட்டேன். இல்லை, நரி பிடிக்கிறாற் போல!

என்ன சொல்லத் தப்பிக்கிறார் பார்க்கலாம்.

அம்மா இரண்டு பேரையும் பார்த்து ஆச்சரியப்பட்டாள். குழந்தை அவள் இடுப்பிலிருந்து என்மேல் தாவியபோது வயிற்றுக்குள் ஒருமுறை பாசம் கலக்கியது. இவனுக்காக வாவது... சே, நான்சென்ஸ். இவனை என்னால் தனியாகச் சமாளிக்க முடியும்!

சம்பத்தை நான் மாடிக்கு அழைத்துச் சென்றபோது என் பிரச்னையை எந்த மாதிரி தீர்க்கப் போகிறேன் என்று எனக்கு ஒருவிதமான நினைப்பும் இல்லை. என் பிரச்னை தீருமோ, தீராதோ அதைப் பற்றியும் கவலையில்லை. என்னுடைய முதல் நோக்கம் சம்பத்தை அவர் பொய்யில் பிடிப்பது! பிடித்து அந்த அழகான முகம் என்ன சொல்லப்போகிறது என்று பார்க்க வேண்டியது. எப்படி விகாரப்படப் போகிறது? சம்பத்தாலேயே சமாளிக்க முடியாத ஒரு சூழ்நிலை! பிடித்து விட்டேன்!

மாடிக்குப் போனதும் கதவைச் சார்த்திக்கொண்டேன். எதற்கு அவர்களுக்கெல்லாம் எங்கள் சொந்த விஷயம்? நானும் சம்பத்தும் மட்டுமே இதைத் தீர்த்துவைக்க வேண்டும்.

நேராக அவரைப் பார்த்தேன். 'சம்பத், உங்க லைஃப்ல முதல் தடவையா உண்மையைச் சொல்லுங்கோ' என்றேன்.

'நான் எப்பப் பொய் சொன்னேன், ராஜி!' என்றார். என் மனம் சுருங்கியது. இப்போதும் பொய் சொல்லத்தான் ஆயத்தம் செய்கிறார்! 'ராஜி, நடந்ததைச் சொல்லட்டுமா? இந்தத் தந்தியைப் பாரு. கார்த்தாலை மைசூர்ல இருந்து தந்தி வந்தது. இந்தத் தரம் தாஸ் காண்ட்ராக்ட் இருக்கு பாரு' என்று ஆரம்பித்து, தந்தியில் தொடங்கி, பெரிசாகப் புதுசாக மற்றொரு பொய்யை அழகாக ஜோடிக்கத் தொடங்கினார்.

ம்ஹூம், மாறவே மாட்டார்! எனக்கு அத்தனை தன்னம்பிக்கை யுடன் அசையும் அந்த உதடுகளையும், அழகான முகத்தையும்,

ஸில்க் போன்ற சருமத்தையும், சற்றே புன்னகைக்கும் வாயை யும், முத்துப் பற்களையும், அந்த சட்டையையும் எல்லா வற்றையும் பார்க்கும்போது எங்கிருந்தோ அமானுஷ்யமாக வெளி உலகத்திலிருந்து தேவர்களிடமிருந்து வந்ததுபோல் ஒரு ஆவேசம் வந்தது. என்னுடைய ஆத்திரம் மட்டும் அல்லாமல் என்னைப் போல ஏமாற்றப்படும் அத்தனை அழகற்ற பெண் களின் ஒட்டுமொத்தப் பிரதிநிதியாக அப்போது மாறினேன். நான் செய்ததின் சரி, தப்பு எல்லாம் அப்போது மிகவும் இரண்டாம் பட்சம் ஆகிவிட்டது. என் கோபத்துக்கு ஒரு வடிகால், கத்தார்ஸிஸ் தேவையாக இருந்தது. கணவன், பிள்ளையின் தகப்பன் என்பதெல்லாம் போய் எங்களை ஏமாளியாக்கின மிக மிக அற்பமான புழுவின் மேல் ஏற்படும் ஆத்திரத்தில் அதை மிதித்துத் தேய்த்துவிடும் அளவுக்கு என்னுள் அத்தனை மூர்க்கம் எங்கிருந்து வந்தது என்று எனக்கே ஆச்சரியப்படும்படி இந்தப் பக்கம் அலமாரியிலே குத்துவிளக்கைப் பார்த்ததும் அதை எடுத்து இரண்டு கைகளாலும் ஓங்கி சம்பத்தின் மண்டையின்மேல் ஆயிரம் ஆயிரம் பெண்கள் வெடித்தோம்.

சம்பத் கொஞ்ச நேரம் காமிக் போல ஒரு அசட்டுச் சிரிப்பு சிரித்து விட்டுத் தொப்பென்று விழுந்தார். அப்புறம் அவரிடமிருந்து பேச்சில்லை.

23

சம்பத்

'அதுக்கென்ன, ஜன்னலைச் சாத்திட்டாப் போச்சு'ன்னு திரும்பறேன். ராஜி முழுசா ஜன்னல்ல ப்ரேம் போட்டாப்பல நிக்கறா. எனக்கு ஷாக்காப் போச்சு. என்னது! நான் பாக்கறது ராஜிதானா? இல்லை, ஏதாவது பிம்பமா! பங்களூர்ல கிளாஸ்ல இருக்கவேண்டியவ, இங்க எப்படி வந்தா, புரியலையே? இருந்தாலும் ஏதோ சமாளிக்கிற மாதிரி, 'பாத்தியா சுந்தரி, ராஜி வரப் போறான்னு சொன்னனா இல்லையா'ன்னேன்.

'ராஜி! ராஜி! காப்பாத்துங்ககோ. நான் சொல்லலியா!'

'சம்பத்! அவளை விட்டுட்டு கொஞ்சம் வெளில வர்ரீங்களா! நான் உங்களுக்காக, நீங்க வெளியில வரவரைக்கும் வாசல்லயே காத்துண்டிருக்கேன்'னா. அவ குரல் ரொம்ப ஒரு மாதிரி, ஏதோ ஒரு மெஷின்போல இருந்தது.

முதல் தடவையா சம்பத்துக்கு உடனே பொய் சொல்றதுக்கு எதுவும் தோணாம, திருதிருன்னு ஆயிடுத்து. என்னை அறியாம சுந்தரியை விட்டுட்டேன்! பொண்டாட்டியை வாசல்ல வெச்சுண்டே

ஏதாவது செய்யறதுக்கு ரொம்ப தில்லு வேணும்னு விட்டுட் டேன்! அவ ஜன்னல் பக்கம் போயி, 'ராஜி, பாத்திங்க இல்லை, நான் சொல்லலை!'

'சுந்தரி, இப்ப சந்தர்ப்பம் சரியில்லை. அப்புறம் பேசலாம்.'

என்ன சொல்லி சமாளிக்கப் போறேன்? கைவசம் தந்தி ஒண்ணு இருக்கு. சினிமா டிக்கெட் இருக்கு. என்னை சதி மாதிரி தந்தி அடிச்சு வரவழைச்சுது சுந்தரிதான். அட! இப்படி ஒரு பொய் ஆங்கிள் இருக்குது! என்னை வரவழைச்சதே இவதான். நான் வந்த பிற்பாடு எதுக்கும், ராஜி பின்னால வருவான்னு எச்சரிக்கையாச் சொன்னனா இல்லையா! அவதான், 'சோப்பு போட்டுண்டு இருக்கேன், உள்ள வாங்கோ'ன்னு அசிங்கமா பிஹேவ் பண்ண ஆரம்பிச்சா...' பார்க்கலாம். இங்க ஆங்கிள் கொஞ்சம் ஓட்டை. இருந்தாலும் சத்தியத்துக்கு இது போதும்! சினிமா டிக்கெட்டைக் காட்டி, 'பங்களூர்ல பேசாம சினிமா போயிட்டு வரத்தான் உத்தேசமா வாங்கி வெச்சிருந்தேன். பாத்துக்கோ'ன்னு சமாளிச்சுரலாம்.

வாசல்ல வந்ததும் ராஜி ரொம்பத் தேஞ்சுபோய் தூணைப் பிடிச்சுண்டுதான் நின்னுண்டிருந்தா.

'வீட்டுக்குப் போகலாமா, சம்பத்.'

'போகலாம். எதுக்கு அழறே ராஜி? தைரியமா இரு. நடந்தது என்னன்னு தெரிஞ்சுண்டப்புறம் எல்லாம் சமாதானமாயிடும் பாரு'ன்னேன். டாக்ஸி ஒண்ணு நிக்கறது. சைலண்டா வரா! என்னைப் பின்தொடர்ந்துண்டு வந்திருக்கா... டாக்ஸில் ஏறிண் டேன். நான் மனசில இன்னும் என் கதையைத் தீட்டிண்டிருக் கேன். 'முதல்ல ஆபீஸ்தான் போனேன். அங்க ஒரு சீட்டு வெச் சிருக்கு. 'சுந்தரிக்கு உடம்பு சரியில்லை'ன்னு. அதைப் பார்த் துட்டு...'

வீட்டுக்கு வந்தப்புறம் மாமியார்காரி எங்க ரெண்டு பேரையும் பார்த்துட்டு வாயெல்லாம் பல்லாப் போயி, 'என்ன இத்தனை சீக்கிரமே வந்துட்டேள்? ஸ்ரீவத்சா! யார் வந்திருக்கா பாரு! அப்பா - அம்மா...' குழந்தை ராஜியைப் பார்த்ததும் அவ மேல தாவித்து. அவ அதை இப்ப வேண்டாம்னு தள்ளினப்பவே ரொம்பக் கோவமா இருக்காள்னு தெரிஞ்சுது. 'வாங்கோ, மாடிக்குப்

போகலாம்'னு கூப்பிட்டா. போனோம். கதவைச் சாத்திண்டா. என்னை நேராப் பார்த்தா.

'சம்பத்! உங்க லைஃப்லயே முதல் தடவையா உண்மையைச் சொல்லுங்கோ.'

'நான் எப்பப் பொய் சொன்னேன் ராஜி! நடந்ததைச் சொல் லட்டுமா? இந்தத் தந்தியைப் பாரு. கார்த்தாலை எனக்கு மைசூர்ல இருந்து ஒரு தந்தி வந்தது. அவசரமா மைசூர் வரணும்ன்னு. இந்தத் தரம் தாஸ் காண்ட்ராக்ட் இருக்கு பாரு'ன்னு ஆரம்பிச்சேன். படபடன்னு சொன்னேன். 'ராஜி! சுந்தரி சதி பண்ணி என்னை இங்க கூப்பிட்டிருக்கா... என்ன ஆச்சுன்னு தெரியலை.' இந்தப் பக்கம் அந்தப் பக்கம் மிரள மிரளப் பார்த்தா. அலமாரில அலங்காரத்துக்கு ஒரு குத்துவிளக்கு இருந்தது. அதை எடுத்து அழகு பார்க்கறாப்பலப் பார்த்துண்டே எங்கிட்ட வந்தா. எங்கிட்ட கொடுக்கப் போறான்னு, 'இப்ப எதுக்குக் குத்துவிளக்கு'ன்னேன். நான் எதிர்பார்க்கவே இல்லை. அதை ரெண்டு கையாலயும் புடிச்சுண்டு என் தலைமேல அடிச்சா.

கொஞ்ச நேரம் என்ன நடந்ததுன்னு தெரியாமத் தடுமாறினேன். அவளை நம்பிக்கையில்லாமப் பார்த்தேன். அப்புறம் கண்ணுக் குள்ள படபடன்னு இருட்டறது. என்னுடைய லைஃப் பூராக் காட்சி காட்சியாத் தெரியறது. பெருகமணில அப்பாகிட்ட பொய் சொல்லி ஆப்ட்டுண்டது. காவேரில வெள்ளம் வரது. திருச்சிக்கு ரெயில்ல போறது. குதிரை ஓட்டறது. 'பத்மாஷ்'னு மார்வாடிக் காரன் அதட்டறது. பாண்டிச்சேரில வாயிலெடுக்கிறது. பேப்பர் பார்க்கறது. வளையலை விக்கறது. கல்யாண ரிஷப்ஷன், ராமாஞ்சு, ராஜி, ஸ்ரீவத்ஸன் மூஞ்சின்னு எல்லாம் சட்டுசட்டுன்னு தெரியறது. கழட்டறது. அதுக்கப்புறம் எனக்குப் பிசகிடுத்து.

ராஜி பின்குறிப்பு

என்னுடைய பிரச்னை சட்டென்று தீர்ந்து விட்டது. சம்பத்தை அவ்வாறு தண்டித்தது நான் அல்ல என்று எனக்குத் தீர்மானமாகத் தெரிந்து போனாலும், அவரை அடித்துவிட்ட கடமைக் காக அவரை எடுத்து, கிடத்தி, படுக்க வைத்து... பயப்படாதீர்கள் சம்பத் இறந்துபோகவில்லை. இறந்துபோய் என்னைக் கைது பண்ணி நான் சிறைக் கம்பிகளுக்கு இடையிலிருந்து ஸ்ரீவத்ஸ னுக்கு முத்தம் கொடுக்கிற சினிமாத்தனமான முடிவெல்லாம் கிடையாது. மண்டையில பலத்த அடி பட்டிருந்தாலும் அதிகம் வெளியே ரத்தம் தெரியவில்லை. அப்படியே படுத்துக் கொண்டிருந்தார். தூங்குகிறார் என்றுதான் நினைத்தேன். இருந்தும் பதற்றமாகத்தான் இருந்தது. டாக்டரைக் கொண்டுவந்து காட்டிய போது, 'என்ன ஆயிற்று?' என்றார்.

'மண்டையில அடிபட்டு விழுந்து விட்டார்.'

'மண்டையில எப்படி அடிபட்டது?'

'நான்தான் டாக்டர் அடித்தேன்!'

'நீயா, என்ன ராஜி இது! எதற்கு?'

‘ரொம்பப் பொய் சொன்னார்!’

டாக்டர் என்னை ஒரு மாதிரியாகப் பார்த்தார். ‘ராஜி, சரிதான். இதை யார்கிட்டேயும் சொல்லாதே! ப்ரெய்ன் டாமேஜ் ஏற்பட்டிருக்குன்னு நினைக்கிறேன். ப்ரீதிங்க் ஷாலோவா இருக்கு. உடனே ஆஸ்பத்திரில அட்மிட் பண்ணியாகணும்!’ என்றார். ஆஸ்பத்திரியில் மைசூரில் ஆகாது என்று பங்களூருக்கு நிம்ஹான்ஸுக்குத்தான் கொண்டுபோகவேண்டும் என்று சொன்னார்கள். அங்கே போய் அவர்கள் ஸீடி ஸ்கான் என்றெல்லாம் எடுத்துப் பார்த்து, பெரிய பெரிய டாக்டர் பங்குகொண்டு, மூளையில் பெரும்பாலான பாகம் உள்ளுக்குள்ளேயே ரத்தம் கசிந்து சேதமடைந்திருப்பதால் ஆப்பரேஷன் பண்ணிப் பார்ப்பதற்கு இன்னும் வேளை வரவில்லை என்று ரொம்ப மெள்ளத்தான் குணமாகும். குணமாக சான்ஸ் அம்பது சதவிகிதம்தான் இருக்கிறது என்றும் சொன்னார்கள்.

குணமாகட்டும்! அவசரமே இல்லை! சம்பத் இப்போது நினைவுடன்தான் இருக்கிறார். ஒரே திசையில் பார்த்துக் கொண்டு மணிக்கணக்கில் உட்கார்ந்திருக்கிறார். கூப்பிட்டால் கொஞ்ச நேரத்தில் மெல்லத் திரும்பிப் பார்க்கிறார். பாத்ரூம் போக எல்லாம் நான்தான் அழைத்துக்கொண்டு போகவேண்டும். பேச்சு என்பதே கிடையாது! ஒரு கை செயல்பாடுகள் ரொம்பப் பழுதடைந்து ஏறக்குறைய குழந்தை போலத்தான்.

என்னைப் பார்த்ததும் கொஞ்சம் கண்களில் மிரட்சி! எழுந்து ஓடிப்போக முயற்சி! இருந்தாலும்கூட முடியாது! தொபக்கென்று விழுந்து விடுவார். நான்தான் எடுத்து வேஷ்டியைச் சரி பண்ணிப் படுக்க வைப்பேன். மற்றபடி சம்பத்தால் தொந்தரவு எதுவும் இல்லை. பொய் சொல்வதை நிறுத்திவிட்டார். பொய் சொல்ல முடியவில்லை. ரொம்ப சாதுவாகி விட்டார்! எனக்கு என் கணவர் முழுசாக இருபத்து நான்கு மணிநேரமும் திரும்பக் கிடைத்து விட்டார். கணவரா? இல்லையில்லை! குழந்தைதான்! எனக்கு இப்போது இரண்டு குழந்தைகள். ஸ்ரீவத்சன், சம்பத்!
